प्रस्तावना

सावित्रीबाई फुले पुणे विद्यापीठाच्या एम.कॉम. या शैक्षणिक वर्षासाठीच्या अभ्यासक्रमात या वर्षापासून सुधारणा करण्यात आली आहे. नवीन शैक्षणिक धोरण २०२० ची अंमलबजावणी करण्यात आली आहे. 'बँक व्यवसाय आणि वित्तपुरवठा (सार्वत्रिक बँक व्यवसाय)' या पेपरच्या अभ्यासक्रमात करण्यात आलेल्या सुधारणांची ऑगस्ट २०२३ पासून अंमलबजावणी होत आहे. या सुधारित अभ्यासक्रमासाठी उपयुक्त असलेले पुस्तक आपल्या हाती देताना विशेष आनंद होत आहे. सार्वत्रिक बँक व्यवसाय याबाबत अनेक संदर्भ ग्रंथ प्रकाशित झालेले आहेत. मात्र, हे पुस्तक सार्वत्रिक बँक व्यवसाय यावर प्रकाश टाकणारे उपयुक्त पुस्तक आहे.

प्रस्तुत पुस्तकाच्या सुरूवातीला भारतातील सार्वत्रिक बँक व्यवसाय प्रणालीचा आढावा घेण्यात आला आहे. व्यापारी बँक व्यवसाय आणि सार्वत्रिक बँक व्यवसाय यामधील फरक तसेच सार्वत्रिक बँक व्यवसायाची कार्ये स्पष्ट करण्यात आली आहे. दुसऱ्या प्रकरणात सार्वत्रिक बँकांच्या कार्यपद्धती, सार्वत्रिक बँक व्यवसायाचे फायदे आणि तोटे, सार्वत्रिक बँकांसमोरील समस्या, भारतातील सार्वत्रिक बँक व्यवसायातील सद्यकालीन प्रवाह याची माहिती देण्यात आली आहे. एकूणच सार्वत्रिक बँक व्यवसायातील महत्त्वपूर्ण पैलूंवर प्रकाश टाकणारे हे एक उपयुक्त पुस्तक आहे.

पुस्तक लेखनासाठी अनेक संदर्भ ग्रंथांची मदत झाली. पुस्तक लेखनाच्या बाबतीत महाविद्यालयाचे प्राचार्य, व्यवस्थापन सदस्य, सहकारी प्राध्यापक व प्राध्यापकेतर कर्मचारी, अभ्यासमंडळ सदस्य, विविध ग्रंथालयाचे ग्रंथपाल, विविध महाविद्यालयातील प्राध्यापक मित्र यांचे सहकार्य व प्रोत्साहन मिळाले. संदर्भ ग्रंथांच्या लेखकांसहीत इतर सर्वांविषयी आम्ही कृतज्ञता व्यक्त करतो. तसेच पुस्तकाचे प्रकाशक डॉ. राजेश पाटणे व सौ. विद्या पाटणे आणि सक्सेस पब्लिकेशन मधील कर्मचारी वर्ग यांच्याविषयी देखील आम्ही कृतज्ञता व्यक्त करतो.

With best wishes.

By Author

Syllabus

M. Com. (Sem. - I)

Advanced Banking & Finance (Universal Banking) (Course Code 60122)

Unit	Contents	Lecture
1.	**Evolution of Universal Banking in India** i. Evolution of Universal Banking in India Meaning, Definition, Objective, Characteristics of Universal Banking ii. Difference between Commercial Banking and Universal Banking Functions of Universal Banks	15
2.	**Practices of Universal Banks:** i. Practices of Universal Banks ii. Advantages and Disadvantages of Universal Banking iii. Problems Faced by the Universal Banks iv. Recent Trends in Universal Banking in India	15

❖ अनुक्रमणिका ❖

प्रकरण १

भारतातील सार्वत्रिक बँक व्यवसाय प्रणालीची उत्क्रांती

- १.१ भारतातील सार्वत्रिक बँक व्यवसाय प्रणाली
- १.२ व्यापारी बँक व्यवसाय आणि सार्वत्रिक बँक व्यवसाय यामधील फरक
- १.३ सार्वत्रिक बँक व्यवसायाची कार्ये

प्रस्तावना :

भारतातील सार्वत्रिक बँक व्यवसाय प्रणालीची उत्क्रांती हा प्रगतीशील उदारीकरण आणि नियामक सुधारणांद्वारे चिन्हांकित केलेला एक महत्त्वपूर्ण प्रवास आहे. १९९१ पूर्वी, बँक व्यवसाय क्षेत्रात मर्यादित व्याप्ती असलेल्या सार्वजनिक क्षेत्रातील बँकांचे वर्चस्व होते. १९१९ मधील वित्तीय सुधारणांनी खाजगी आणि परकीय बँकांसाठी दरवाजे उघडले, ज्यामुळे त्यांना वित्तीय सेवांची विस्तृत श्रेणी प्रदान करता आली. १९९० च्या दशकात खाजगी क्षेत्रातील नवीन बँकांच्या आगमनाने सार्वत्रिक बँक व्यवसायाच्या कल्पनेला गती मिळाली. गेल्या काही वर्षांपासून, बँकांना डिजिटल सेवा देण्यास सक्षम बनवून, वित्तीय समावेशन आणि तंत्रज्ञानाच्या एकत्रीकरणावर लक्ष केंद्रित केले जात आहे. परिणामी, ग्राहकांना बँकिंग, गुंतवणूक, विमा आणि डिजिटल सेवांचा सर्वसमावेशक संच एकाच छताखाली उपलब्ध करून देत भारतीय बँक व्यवसाय क्षेत्राचे परिदृश्य बदलले आहे.

१.१ भारतातील सार्वत्रिक बँक व्यवसाय प्रणाली :

पारंपारिक बँक व्यवसाय प्रारूपाच्या विपरीत, सार्वत्रिक बँका वैयक्तिक आणि कॉर्पोरेट ग्राहकांच्या विविध गरजा पूर्ण करून, अनेक वित्तीय क्रियाकलापांमध्ये गुंतू शकतात. या एकात्मिक पध्दतीमुळे उत्पादनांची विक्री, वाढीव ग्राहक सुविधा आणि बँकेसाठी जोखीम वैविध्यता येते. सार्वत्रिक बँक व्यवसाय कार्यक्षमतेच्या आणि वित्तीय स्थिरतेच्या दृष्टीने संभाव्य फायदे देते, ते हितसंबंधांच्या संभाव्य संघर्ष आणि प्रणालीगत जोखमींबद्दल देखील विचार करते. सार्वत्रिक बँक व्यवसाय कार्यप्रणालीची स्थिरता आणि अखंडता राखण्यासाठी नियामक निरीक्षण आणि विवेकपूर्ण जोखीम व्यवस्थापन आवश्यक आहे.

१.१.१ अर्थ :

सार्वत्रिक बँक व्यवसाय प्रणाली एका अशा बँक व्यवसाय प्रारूपाचा संदर्भ देते जिथे वित्तीय संस्था व्यापारी बँकिंग, गुंतवणूक बँकिंग, विमा, मालमत्ता व्यवस्थापन आणि इतर संबंधित सेवा एका छत्राखाली वित्तीय सेवांची संपूर्ण श्रेणी

प्रदान करतात. हा एकात्मिक दृष्टीकोन ग्राहकांना एकाच छताखाली विविध प्रकारच्या वित्तीय सेवांमध्ये प्रवेश करू देतो, त्यांचा बँकिंग अनुभव सुलभ करतो आणि संस्थेसाठी विक्री संधी वाढवतो. सार्वत्रिक बँका वित्तीय क्षेत्रातील विविध व्यक्ती, व्यवसाय आणि कॉर्पोरेशनच्या गरजा पूर्ण करू शकतात तसेच कार्यक्षमता, सुविधा आणि संभाव्य अर्थव्यवस्थांना प्रोत्साहन देतात. तथापि, हितसंबंधांच्या संभाव्य संघर्षांबद्दल आणि प्रणालीगत जोखमींशी संबंधित संस्थांची स्थिरता आणि अखंडता राखण्यासाठी प्रभावी नियामक निरीक्षण आणि जोखीम व्यवस्थापन आवश्यक आहे.

१.१.२ व्याख्या :

सार्वत्रिक बँक व्यवसाय प्रणालीच्या व्याख्या खालीलप्रमाणे आहेत :

१) डॉ. जी.आर. भाटिया :

''सार्वत्रिक बँक व्यवसाय प्रणाली एका अशा बँक व्यवसाय प्रारूपाचा संदर्भ देते जिथे वित्तीय संस्था व्यापारी बँकिंग, गुंतवणूक बँकिंग, विमा, मालमत्ता व्यवस्थापन आणि इतर संबंधित सेवांची संपूर्ण श्रेणी देतात, अशा प्रकारे सर्व बँकिंग आणि वित्तीय गरजांसाठी एकमेव स्थायी व्यासपीठ प्रदान करते.''

२) डॉ. आलोक कुमार मिश्रा :

''सार्वत्रिक बँक व्यवसाय प्रणाली म्हणजे अशी प्रणाली जिथे बँकांना विविध प्रकारच्या वित्तीय सेवा प्रदान करण्याची परवानगी आहे, ज्यामध्ये व्यावसायिक, गुंतवणूक आणि व्यापारी बँकिंग, विमा आणि इतर संबंधित क्रियाकलाप समाविष्ट आहेत, ज्यामुळे ग्राहकांसाठी वित्तीय समावेशन आणि सोयीसाठी प्रोत्साहन मिळते.''

३) जॅन पीटर क्रहनेन :

''सार्वत्रिक बँक व्यवसाय प्रणाली म्हणजे एक असे वित्तीय प्रारूप जेथे बँका विविध वित्तीय सेवा एका घटकाखाली एकत्र करतात, बँकिंग आणि बिगर-बँकिंग क्रियाकलापांमधील पारंपारिक सीमा तोडून, समन्वय वाढवण्यासाठी आणि ग्राहकांना सेवांची सर्वांगीण श्रेणी देतात.''

१.१.३ भारतातील सार्वत्रिक बँक व्यवसाय प्रणालीची उत्क्रांती :

भारतातील सार्वत्रिक बँक व्यवसाय प्रणालीची उत्क्रांती ही नियामक सुधारणा वित्तीय उदारीकरण आणि तांत्रिक प्रगती यांनी चिन्हांकित केलेला एक परिवर्तनकारी प्रवास आहे. एकाच छताखाली वित्तीय सेवांची विस्तृत श्रेणी देणाऱ्या या सर्वसमावेशक वित्तीय प्रारूपाने भारतीय बँक व्यवसाय क्षेत्राचे परिदृश्य लक्षणीयरीत्या बदलले आहे आणि देशाच्या आर्थिक वृद्धीस हातभार लावला आहे.

अ) उदारीकरणपूर्व काळ :

१९९० च्या दशकाच्या सुरुवातीला वित्तीय उदारीकरणापूर्वी, भारताचे बँक व्यवसाय क्षेत्र मर्यादित स्पर्धा आणि विविध वित्तीय सेवांमधील कठोर विभाजनासह अत्यंत नियंत्रित पर्यावरणाने वैशिष्ट्यीकृत होते. व्यापारी बँका प्रामुख्याने पारंपारिक बँकिंग क्रियाकलापांवर आधारित होत्या. तर इतर वित्तीय सेवा स्वतंत्र संस्थांद्वारे ऑफर केल्या जात होत्या, जसे की विकास वित्तीय संस्था आणि बिगर-बँकिंग वित्तीय कंपन्या इ.

ब) आर्थिक उदारीकरण आणि नियामक सुधारणा :

१९९१ मध्ये आर्थिक उदारीकरणाची सुरुवात भारतीय अर्थव्यवस्थेसाठी आणि बँक व्यवसाय क्षेत्रासाठी एक महत्त्वपूर्ण वळण ठरली. सरकारने वित्तीय क्षेत्र खुले करण्यासाठी, परदेशी गुंतवणूक आकर्षित करण्यासाठी आणि स्पर्धेला प्रोत्साहन देण्यासाठी सुधारणा केल्या. भारतातील सार्वत्रिक बँक व्यवसायाच्या उत्क्रांतीला सुलभ करणारे प्रमुख नियामक बदल पुढीलप्रमाणे आहेत :

१) बँक व्यवसाय क्षेत्रातील सुधारणा (१९९१-१९९७) :

नरसिंहम समितीच्या शिफारशींमुळे बँक व्यवसाय क्षेत्रातील सुधारणांमध्ये पारदर्शकता वाढवणे, विवेकपूर्ण नियमांना बळकट करणे आणि आंतरराष्ट्रीय सर्वोत्तम पद्धतींचा अवलंब करण्यास प्रोत्साहन देणे या उपायांचा समावेश आहे. या सुधारणांनी अधिक मजबूत आणि वैविध्यपूर्ण बँक व्यवसाय प्रणालीचा पाया घातला.

२) नवीन बँकांचा प्रवेश आणि परवाना धोरण :

भारतीय रिझर्व्ह बँकेने (RBI) नवीन खाजगी क्षेत्रातील बँका आणि परकीय बँकांना परवाने देण्यास सुरुवात केली, स्पर्धा वाढवून बँक व्यवसाय क्षेत्रातील सेवांच्या श्रेणीमध्ये विविधता आणली.

३) शाखा परवाना आणि आर्थिक समावेश :

भारतीय रिझर्व्ह बँकेने शाखा परवाना देण्यासाठी अधिक उदार दृष्टीकोन स्वीकारला, ज्यामुळे बँकांना त्यांचे नेटवर्क वाढवता आले. यामुळे वित्तीय समावेशन प्रयत्नांना हातभार लावत, बँक आणि बँक सुविधा नसलेल्या भागात विस्तृत पोहोच सुलभ झाली.

क) सार्वत्रिक बँकांचा उदय :

१९९० च्या दशकाच्या उत्तरार्धात आणि २००० च्या सुरुवातीच्या काळात भारतामध्ये सार्वत्रिक बँकांचा उदय झाला, ज्यांनी एकाच छत्राखाली वित्तीय सेवांची व्यापक श्रेणी प्रदान केली. या परिवर्तनास अनेक घटकांनी हातभार लावला.

१) सार्वत्रिक बँकांसाठी नियामक संरचना :

भारतीय रिझर्व्ह बँकेने सार्वत्रिक बँकिंगच्या संकल्पनेद्वारे बँकांना नियामक मंजूरींच्या अधीन राहून गुंतवणूक बँकिंग, विमा आणि मालमत्ता व्यवस्थापनासह विविध वित्तीय सेवांमध्ये विविधता आणण्याची परवानगी दिली.

२) विदेशी बँकांमध्ये प्रवेश :

सार्वत्रिक बँकिंग पद्धतींमध्ये जागतिक कौशल्य असलेल्या विदेशी बँकांच्या प्रवेशामुळे भारतीय बँकांच्या अधिक वैविध्यपूर्ण सेवा प्रारूपाच्या विकासावर परिणाम झाला.

३) तांत्रिक प्रगती :

इलेक्ट्रॉनिक बँकिंग आणि इंटरनेटच्या विस्तारासह तंत्रज्ञानाचा अवलंब केल्याने, सेवांच्या विस्तृत श्रेणीची व्याप्ती आणि ग्राहकांचा अनुभव वाढीस लागला.

ड) जागतिक वित्तीय आरिष्ट संकट आणि तांत्रिक एकत्रीकरण :

२००८ च्या जागतिक वित्तीय आरिष्ठाने बँकिंग क्षेत्रातील जोखीम व्यवस्थापन, नियामक अनुपालन आणि कॉर्पोरेट गव्हर्नन्सवर नवीन लक्ष केंद्रित करण्यास प्रवृत्त केले. या कालावधीत लक्षणीय तांत्रिक एकात्मता देखील दिसून आली, कारण बँकांनी ग्राहकांच्या विकसनशील प्राधान्यांची पूर्तता करण्यासाठी डिजिटल प्लॅटफॉर्म, ऑनलाइन बँकिंग आणि मोबाइल बँकिंग सेवा स्वीकारल्या.

इ) सद्यकालीन विकास :

अलिकडच्या वर्षांत, भारतातील सार्वत्रिक बँक व्यवसायाचा उदय बाजारातील गतिशील परिस्थिती आणि ग्राहकांच्या बदलत्या अपेक्षांना प्रतिसाद देत प्रगती करत आहे:

१) फिनटेक एकत्रीकरण :

भारतीय बँका डिजिटल वॉलेटपासून रोबो-सल्लागार सेवांपर्यंत नाविन्यपूर्ण वित्तीय उत्पादने आणि सेवा देण्यासाठी फिनटेक कंपन्यांशी अधिकाधिक सहकार्य करत आहेत.

२) डिजिटल परिवर्तन :

डिजिटल इंडिया उपक्रमाने बँकिंग क्षेत्राच्या डिजिटल परिवर्तनाला गती दिली आहे, ज्यामुळे सार्वत्रिक बँकांना ग्राहकांना अखंड ऑनलाइन अनुभव आणि रिअल-टाइम सेवा प्रदान करण्यास सक्षम केले आहे.

३) सेवांचा विस्तार :

भारतातील सार्वत्रिक बँका संपत्ती व्यवस्थापन, सल्लागार सेवा आणि व्यक्ती व व्यवसायांसाठी सानुकूलित वित्तीय उपाय समाविष्ट करण्यासाठी त्यांच्या सेवांचा विस्तार करत आहेत.

४) जोखीम व्यवस्थापन आणि कॉर्पोरेट गव्हर्नन्स :

जोखीम व्यवस्थापन, कॉर्पोरेट गव्हर्नन्स आणि वित्तीय स्थिरता यावर नियामक भर सार्वत्रिक बँकांच्या पद्धती आणि धोरणांना आकार देत आहे.

५) वित्तीय समावेशन :

सार्वत्रिक बँका लोकसंख्येच्या पूर्वीच्या कमी सेवा असलेल्या विभागांपर्यंत बँकिंग सेवांचा विस्तार करण्यासाठी तंत्रज्ञानाचा वापर करून वित्तीय समावेशनाच्या प्रयत्नांमध्ये योगदान देत आहेत.

१.१.४ सार्वत्रिक बँकिंगची उद्दिष्टे :

सार्वत्रिक बँकिंग प्रणालीची उद्दिष्टे बहुआयामी आहेत आणि वित्तीय क्षेत्राच्या विविध पैलूंचा समावेश करतात. काही प्राथमिक उद्दिष्टे पुढीलप्रमाणे आहेत :

१) सर्वसमावेशक वित्तीय सेवा :

सार्वत्रिक बँकिंगचा मुख्य उद्देश एका छताखाली विस्तृत वित्तीय सेवा प्रदान करणे हा आहे. व्यापारी बँकिंग, गुंतवणूक बँकिंग, विमा, मालमत्ता व्यवस्थापन आणि इतर संबंधित क्रियाकलाप यासारख्या सेवा प्रदान करून, सार्वत्रिक बँका व्यक्ती, व्यवसाय आणि कॉर्पोरेशनच्या विविध वित्तीय गरजा पूर्ण करण्याचे उद्दिष्ट ठेवतात.

२) ग्राहकांसाठी सोयी :

सार्वत्रिक बँकिंग ग्राहकांना एकाच संस्थेकडून विविध वित्तीय उत्पादने आणि सेवा प्रदान करून त्यांच्या सोयी वाढवण्याचा प्रयत्न करते. हा एकात्मिक दृष्टिकोन ग्राहकांसाठी बँकिंग सुविधा सुलभ करतो आणि अनेक वित्तीय संस्थांशी व्यवहार करण्याची गरज कमी करतो.

३) विक्री संधी :

सार्वत्रिक बँका वित्तीय उत्पादनांचा सर्वसमावेशक संच प्रदान करून विक्रीविषयक संधींचा लाभ घेऊ शकतात. उदाहरणार्थ, बँक आपल्या व्यावसायिक ग्राहकांना गुंतवणूक उत्पादने देऊ शकते किंवा किरकोळ ग्राहकांना विमा उत्पादने देऊ शकते, ज्यामुळे जास्तीत-जास्त महसूल निर्माण होतो.

४) जोखीम विविधता :

अनेक वित्तीय क्रियाकलापांमध्ये गुंतून सार्वत्रिक बँका त्यांच्या जोखमी विविध क्षेत्रांमध्ये आणि भौगोलिक प्रदेशांमध्ये पसरवू शकतात. या विविधीकरणामुळे संस्थेच्या एकूण वित्तीय स्थिरतेवर एका क्षेत्रातील प्रतिकूल घटनांचा प्रभाव कमी होण्यास मदत होते.

५) मोठ्या अर्थव्यवस्थेचा फायदा :

सार्वत्रिक बँक व्यवसाय बँकांना विविध सेवा आणि कार्य एकत्रित करून मोठ्या प्रमाणात अर्थव्यवस्थेचा फायदा मिळवू देते. यामुळे वित्तीय संस्थेसाठी खर्चाची कार्यक्षमता आणि सुधारित नफा निर्माण होऊ शकतो.

६) वर्धित वित्तीय समावेशन :

सार्वत्रिक बँका ग्रामीण आणि कमी सेवा नसलेल्या क्षेत्रांसह विविध प्रकारच्या वित्तीय सेवा लोकसंख्येच्या विस्तृत वर्गापर्यंत पोहोचून वित्तीय समावेशनाला चालना देण्यासाठी महत्त्वपूर्ण भूमिका बजावू शकतात.

७) वाढती स्पर्धा आणि नावीन्य :

वित्तीय बाजारपेठेत सार्वत्रिक बँकांची उपस्थिती स्पर्धा आणि नावीन्य वाढवते. ग्राहकांच्या विकसित होत असलेल्या गरजा पूर्ण करण्यासाठी आणि विशेष आर्थिक घटकांशी स्पर्धा करण्यासाठी या संस्था अनेकदा नवीन आणि नाविन्यपूर्ण उत्पादने आणि सेवा प्रदान करतात.

८) आर्थिक वृद्धीस आधार :

सार्वत्रिक बँकिंग प्रणाली अधिक कार्यक्षम आणि वैविध्यपूर्ण वित्तीय मध्यस्थी प्रक्रिया प्रदान करून आर्थिक वृद्धी सुलभ करू शकतात. यामुळे उत्पादक क्षेत्रांना भांडवल वाटप करण्यात मदत होऊ शकते आणि एकूणच आर्थिक विकासास प्रोत्साहन मिळू शकते.

१.१.५ सार्वत्रिक बँक व्यवसाय प्रणालीची वैशिष्ट्ये :

सार्वत्रिक बँकिंग हे असे सर्वसमावेशक वित्तीय सेवा प्रारूप आहे जिथे एकच संस्था एकाच छताखाली बँकिंग आणि वित्तीय उत्पादने तसेच सेवांची विस्तृत श्रेणी प्रदान करते. सार्वत्रिक बँकिंगची संकल्पना कालांतराने विकसित झाली आहे आणि तिची वैशिष्ट्ये आर्थिक, नियामक आणि बाजारातील घडामोडींनी आकाराला आली आहेत.

१) सेवांच्या विविध श्रेणी :

सार्वत्रिक बँकिंगचे प्राथमिक वैशिष्ट्य म्हणजे एकाच संस्थेद्वारे प्राण केलेल्या विविध प्रकारच्या वित्तीय सेवा. सार्वत्रिक बँका पारंपारिक व्यावसायिक बँकिंग क्रियाकलापांमध्ये गुंततात, जसे की ठेवी स्वीकारणे आणि व्यक्ती व व्यवसायांना कर्ज देणे. याव्यतिरिक्त त्या गुंतवणूक बँकिंग सेवा प्रदान करतात, ज्यात प्रतिभूतींचे जोखिमांकन करणे, विलीनीकरण आणि अधिग्रहण सुलभ करणे आणि भांडवल उभारणी क्रियाकलापांबाबत सल्ला देणे समाविष्ट आहे. शिवाय सार्वत्रिक बँका त्यांच्या ग्राहकांच्या विविध वित्तीय गरजा पूर्ण करण्यासाठी विमा उत्पादने आणि मालमत्ता व्यवस्थापन सेवा देतात.

२) उपक्रमांचे एकत्रीकरण :

सार्वत्रिक बँकिंग विविध वित्तीय क्रियाकलापांमधील पारंपारिक अडथळे दूर करते. सार्वत्रिक बँकिंग प्रारूपामध्ये, विविध वित्तीय सेवा एकत्रित केल्या जातात, ज्यामुळे ग्राहकांना एकाच स्त्रोतावरून अनेक उत्पादने आणि सेवांमध्ये प्रवेश करता येतो. हे एकत्रीकरण विक्रीच्या संधींना प्रोत्साहन देते, जिथे बँका त्यांच्या विद्यमान ग्राहकांना विविध उत्पादने देऊ शकतात, जास्तीत-जास्त महसूल निर्मिती करून ग्राहक टिकवून ठेवू शकतात.

३) जोखीम विविधता :

सार्वत्रिक बँकिंगचा एक फायदा म्हणजे विविध आर्थिक क्रियाकलापांमध्ये जोखीम पसरवण्याची क्षमता. अनेक क्षेत्रांमध्ये गुंतून सार्वत्रिक बँका त्यांच्या महसूल प्रवाहात विविधता आणू शकतात आणि कोणत्याही एका क्षेत्रातील प्रतिकूल घटनांचा धोका कमी करू शकतात. उदाहरणार्थ, आर्थिक मंदीच्या काळात, गुंतवणूक बँकिंग क्रियाकलापांना आव्हानांचा सामना करावा लागू शकतो, परंतु व्यावसायिक बँकिंग आणि विमा कार्यप्रणालीची स्थिरता संभाव्य नुकसान भरून काढण्यास मदत करू शकते.

४) ग्राहकांची सोय :

सार्वत्रिक बँकिंगमध्ये सेवांच्या एकत्रीकरणामुळे ग्राहकांच्या सोयी वाढतात. अनेक वित्तीय संस्थांशी व्यवहार करण्याची गरज कमी होवून ग्राहक एकाच बँकिंग संबंधांद्वारे वित्तीय उत्पादने आणि सेवांच्या विस्तृत श्रेणीत प्रवेश करू शकतात. ही सुविधा ग्राहकांची निष्ठा आणि समाधान वाढवते.

५) सीमापार व्यवहार :

सार्वत्रिक बँका अनेकदा बहुराष्ट्रीय स्वरूपाच्या असतात, ज्यांचे कामकाज विविध देश आणि प्रदेशांमध्ये पसरलेले असते. ही जागतिक उपस्थिती त्यांना बहुराष्ट्रीय कंपन्या आणि आंतरराष्ट्रीय ग्राहकांना सेवा देण्यास सक्षम करते तसेच सीमापार आर्थिक व्यवहार आणि गुंतवणूक सुलभ करते.

६) नियामक आव्हाने :

सार्वत्रिक बँकिंग प्रारूप विविध वित्तीय क्रियाकलापांच्या एकत्रीकरणामुळे अनन्य नियामक आव्हाने उभी करतात. नियामकांना हितसंबंधांचे संभाव्य संघर्ष आणि प्रणालीगत जोखमींना संबोधित करताना वित्तीय स्थिरता आणि नावीन्यपूर्णतेला चालना देण्यासाठी समतोल साधणे आवश्यक आहे. सार्वत्रिक बँकिंग संस्थांची अखंडता आणि स्थिरता राखण्यासाठी प्रभावी नियामक निरीक्षण आवश्यक आहे.

७) हितसंबंधातील संभाव्य संघर्ष :

सार्वत्रिक बँकांच्या विविध क्रियाकलापांमुळे विविध व्यवसायांधील स्वारस्यांचा संभाव्य संघर्ष होऊ शकतो. उदाहरणार्थ, गुंतवणूक बँकिंग ही शाखा व्यावसायिक बँकिंग विभागातील उत्पादने किंवा सेवांची शिफारस करू शकते, ज्यामुळे निष्पक्षता आणि ग्राहक संरक्षणाबद्दल समस्या निर्माण होऊ शकते. या संघर्षांचे व्यवस्थापन करण्यासाठी मजबूत अंतर्गत नियंत्रणे आणि अनुपालन यंत्रणा आवश्यक आहे.

८) पद्धतशीर धोका :

विविध आर्थिक क्रियाकलापांद्वारे सार्वत्रिक बँका परस्परसंबंध प्रणालीगत जोखमीमध्ये योगदान देऊ शकतात. सार्वत्रिक बँकेच्या अपयशाचा वित्तीय प्रणालीवर दूरगामी परिणाम होऊ शकतो, ज्यामुळे अनेक क्षेत्रे आणि अर्थव्यवस्था प्रभावित होतात. परिणामी, नियामकांनी सार्वत्रिक बँकांचे प्रणालीगत काळजीपूर्वक निरीक्षण आणि मूल्यांकन करणे आणि योग्य जोखीम व्यवस्थापन उपाय लागू करणे आवश्यक आहे.

९) वित्तीय स्थिरता आणि लवचिकता :

सार्वत्रिक बँकांची आर्थिक धक्के सहन करण्याची आणि स्थिरता टिकवून ठेवण्याची क्षमता हा त्यांच्या कामकाजाचा एक महत्त्वाचा पैलू आहे. जोखीम व्यवस्थापन पद्धती, तणाव चाचणी आणि भांडवलाची पर्याप्त आवश्यकता हे सार्वत्रिक बँकिंग संस्थांची लवचिकता सुनिश्चित करण्यासाठी आवश्यक घटक आहेत.

१०) नवोपक्रम आणि स्पर्धा :

वित्तीय बाजारपेठेत सार्वत्रिक बँकांची उपस्थिती स्पर्धा वाढवते आणि नवकल्पना विकसित करते. ग्राहकांच्या विकसित होत असलेल्या गरजा पूर्ण करण्यासाठी आणि विशेष वित्तीय घटकांशी स्पर्धा करण्यासाठी या संस्था अनेकदा नवीन आणि नाविन्यपूर्ण उत्पादने व सेवा प्रदान करतात.

११) बँक व्यवसाय क्षेत्रावर परिणाम :

सार्वत्रिक बँकिंगचा बँक व्यवसाय क्षेत्रावर लक्षणीय परिणाम झाला आहे. पारंपारिक बँका अजूनही अस्तित्वात असताना, सार्वत्रिक बँकांच्या उपस्थितीने विशेष संस्थांच्या वर्चस्वाला आव्हान निर्माण झाले आहे. सर्वसमावेशक वित्तीय सेवांसाठी ग्राहकांच्या पसंतीमुळे बँकिंग क्षेत्राच्या स्पर्धात्मक गतिशीलतेत बदल झाला आहे.

१२) कॉर्पोरेट गव्हर्नन्स :

सार्वत्रिक बँकिंग कार्यपद्धतीच्या जटिलतेमुळे प्रभावी देखरेख आणि जोखीम व्यवस्थापन सुनिश्चित करण्यासाठी सक्षम कॉर्पोरेट गव्हर्नन्स पद्धती आवश्यक आहे. भागधारक, ग्राहक आणि इतर भागधारकांच्या हिताचे रक्षण करण्यासाठी मजबूत कॉर्पोरेट गव्हर्नन्स संरचना आवश्यक असते.

१३) बाजारपेठेतील एकाग्रता :

सार्वत्रिक बँकांच्या विस्तारामुळे बाजारपेठेतील एकाग्रता वाढू शकते, ज्यामुळे स्पर्धा आणि ग्राहक निवडीबद्दल समस्या निर्माण होऊ शकते. संभाव्य विरोधी स्पर्धात्मक पद्धती रोखण्यासाठी नियामकांना बाजारातील गतिशीलतेचे निरीक्षण करणे आवश्यक आहे.

१.१.६ सार्वत्रिक बँक व्यवसाय प्रणालीचे महत्त्व :

सार्वत्रिक बँकिंग हे एक व्यापक आर्थिक प्रारूप आहे ज्यामध्ये वित्तीय संस्था ग्राहकांना एकाच छताखाली बँकिंग आणि वित्तीय सेवांची विस्तृत श्रेणी प्रदान करतात. हे प्रारूप पारंपरिक बँक व्यवसायाशी विरोधाभास दर्शविते, जेथे संस्था विशिष्ट आर्थिक क्रियाकलापांवर लक्ष केंद्रित करतात. सार्वत्रिक बँकिंगचे महत्त्व वित्तीय स्थैर्य, ग्राहकांच्या सोयी, कार्यक्षमता आणि आर्थिक वृद्धी वाढवण्याच्या संभाव्यतेमुळे उद्भवते.

१) वित्तीय स्थिरता आणि जोखीम विविधता :

सार्वत्रिक बँका रिटेल बँकिंग, गुंतवणूक बँकिंग, मालमत्ता व्यवस्थापन आणि विमा यासह विविध वित्तीय क्रियाकलापांमध्ये त्यांच्या महसूल प्रवाहात विविधता आणण्यासाठी सज्ज आहेत. या वैविध्यतेमुळे कमाईच्या एकाच स्रोतावर संस्थेचे अवलंबित्व कमी होते आणि विशिष्ट क्षेत्रातील अस्थिरतेचा धोका कमी होतो. आर्थिक मंदीच्या काळात, या जोखमीचे विविधीकरण एका क्षेत्रातील नुकसानीचा प्रभाव कमी करून इतर क्षेत्रातील नफ्याद्वारे संपूर्ण वित्तीय स्थिरतेसाठी योगदान देऊ शकते.

२) ग्राहकांची सोय आणि सर्वसमावेशक सेवा :

सार्वत्रिक बँकिंग एकाच छताखाली सर्वसमावेशक सेवा प्रदान करून ग्राहकांशी वित्तीय संवाद सुलभ करते. ग्राहक त्यांची बचत, गुंतवणूक, कर्ज, विमा एकाच संस्थेद्वारे व्यवस्थापित करू शकतात, त्यांच्या वित्तीय क्रियाकलापांना सुव्यवस्थित करू शकतात आणि एकाधिक प्रदात्यांशी संलग्न होण्याची आवश्यकता कमी करू शकतात. ही सुविधा ग्राहकांचा अनुभव आणि निष्ठा वाढवते.

३) प्रभावी संसाधन वाटप :

सार्वत्रिक बँकिंग प्रारूपाअंतर्गत वित्तीय संस्था बाजारातील परिस्थिती आणि मागणीच्या आधारे विविध बँकिंग विभागांमध्ये भांडवल आणि कर्मचारी तैनात करून त्यांच्या संसाधनांचे वाटप इष्टतम करू शकतात. ही लवचिकता बँकांना बदलत्या आर्थिक पर्यावरणाशी जुळवून घेण्यास आणि त्यांची कार्यक्षमता वाढवण्यास सक्षम करते.

४) निधी आणि भांडवली बाजारात प्रवेश :

सार्वत्रिक बँका त्यांच्या बहु-कार्यक्षम स्वरूपामुळे विविध निधी स्रोत आणि भांडवली बाजाराचा वापर करू शकतात. विविध निधी माध्यमांतील हा प्रवेश सुनिश्चित करतो की बँका अधिक कार्यक्षमतेने भांडवल आणि निधी उभारू शकतात, ज्यामुळे त्यांना कर्ज देण्याच्या क्रियाकलापांना प्रोत्साहन देणे आणि आर्थिक वृद्धीला चालना देणे शक्य होते.

५) आर्थिक वृद्धी सुलभ करणे :

वित्तीय सेवांचा सर्वसमावेशक संच प्रदान करून, सार्वत्रिक बँका आर्थिक विकासाला चालना देण्याच्या प्रक्रियेत महत्त्वपूर्ण भूमिका बजावतात. त्या क्रेडिट, गुंतवणूक आणि भांडवली बाजार सेवा प्रदान करून व्यवसायांना प्रोत्साहन देतात. याव्यतिरिक्त, किरकोळ बँकिंगमधील त्यांची भूमिका वैयक्तिक ग्राहकांच्या पत आणि वित्तीय उत्पादनांमध्ये प्रवेश करण्यास योगदान देते, जे उपभोग आणि आर्थिक क्रियाकलापांना उत्तेजन देते.

६) नवकल्पना आणि तांत्रिक प्रगती :

सार्वत्रिक बँकिंग प्रारूप नवकल्पना आणि तांत्रिक प्रगतीला प्रोत्साहन देते. सेवांची विस्तृत श्रेणी प्रदान करणार्या वित्तीय संस्था प्रगत तंत्रज्ञान, डिजिटल प्लॅटफॉर्म आणि फिनटेक सहयोगांमध्ये त्यांच्या सेवा वाढविण्यासाठी आणि वेगाने विकसित होत असलेल्या आर्थिक परिदृश्यामध्ये स्पर्धात्मक राहण्यासाठी गुंतवणूक करण्याची अधिक शक्यता असते.

७) आंतरराष्ट्रीयीकरण आणि जागतिक व्यवहार :

सार्वत्रिक बँका अनेक देशांमध्ये त्यांच्या वित्तीय सेवांचा संच प्रदान करून, सीमा ओलांडून त्यांचे कार्य विस्तारण्यासाठी चांगल्या स्थितीत आहेत. हे आंतरराष्ट्रीयीकरण त्यांची पोहोच वाढवते, त्यांच्या ग्राहक अंधारामध्ये विविधता आणते आणि भांडवल व गुंतवणुकीच्या जागतिक प्रवाहात योगदान देते.

८) नियामक संरचना आणि जोखीम व्यवस्थापन :

सार्वत्रिक बँका अनेकदा त्यांच्या कामकाजाच्या गुंतागुंतीमुळे सर्वसमावेशक नियामक संरचनेच्या अधीन असतात. ही छाननी पारदर्शकता, जबाबदारी आणि जोखीम व्यवस्थापन पद्धतींचे पालन करण्यास प्रोत्साहन देते, ज्यामुळे वित्तीय आरिष्टे आणि प्रणालीगत जोखमीची शक्यता कमी होते.

९) एकात्मिक वित्तीय सेवा :

सार्वत्रिक बँका एकात्मिक वित्तीय सेवा देऊ शकतात ज्या ग्राहकांच्या विकसित गरजा पूर्ण करतात. उदाहरणार्थ, त्या विशिष्ट वित्तीय उद्दिष्टे पूर्ण करण्यासाठी बँकिंग, विमा आणि गुंतवणूक उत्पादने एकत्रितपणे तयार केलेल्या सेवा निर्माण करू शकतात.

१०) संपत्ती व्यवस्थापन आणि वित्तीय सल्ला :

सार्वत्रिक बँकिंग प्रारूप संपत्ती व्यवस्थापन आणि वित्तीय सल्लागार सेवांचे एकत्रीकरण करण्यास परवानगी देते. ग्राहकांना त्यांच्या संपूर्ण वित्तीय परिस्थितीचा विचार करणारा सर्वांगीण सल्ला मिळतो, परिणामी चांगले माहितीपूर्ण निर्णय होतात.

१.२ व्यापारी बँक व्यवसाय आणि सार्वत्रिक बँक व्यवसाय यामधील फरक :

व्यापारी बँक व्यवसाय आणि सार्वत्रिक बँक व्यवसाय ही भिन्न वैशिष्ट्ये, उद्दिष्टे आणि कामकाजाची व्याप्ती असलेली दोन वित्तीय सेवा सेवा प्रारूपे आहेत.

१) सेवांची श्रेणी :

सार्वत्रिक बँकिंग आणि व्यापारी बँकिंगमधील प्राथमिक फरकांपैकी एक म्हणजे ते प्रदान करत असलेल्या सेवांची भिन्न श्रेणी होय. व्यापारी बँका प्रामुख्याने पारंपारिक बँकिंग क्रियाकलापांवर लक्ष केंद्रित करतात, जसे की ठेवी स्वीकारणे, कर्ज देणे आणि व्यक्ती व व्यवसायांना मूलभूत वित्तीय उत्पादने प्रदान करणे इ. दुसरीकडे, सार्वत्रिक बँका पारंपारिक बँकिंगच्या पलीकडे जावून व्यावसायिक बँकिंग, गुंतवणूक बँकिंग, विमा, मालमत्ता व्यवस्थापन आणि इतर संबंधित क्रियाकलापांसह विविध प्रकारच्या वित्तीय सेवा प्रदान करतात. एकाधिक वित्तीय सेवांचे एकत्रीकरण सार्वत्रिक बँकिंगला व्यापारी बँकिंगच्या मर्यादित व्याप्तीपासून वेगळे करते.

२) उपक्रमांचे एकत्रीकरण :

व्यापारी बँकिंग केवळ बँकिंग सेवा प्रदान करून स्वतंत्र संस्था म्हणून कार्य करते. व्यापारी बँका गुंतवणूक बँकिंग किंवा विमा यासारख्या गैर–बँकिंग क्रियाकलापांमध्ये गुंतत नाहीत. याउलट, सार्वत्रिक बँका बँकिंग आणि बिगर बँकिंग क्रियाकलापांमधील पारंपारिक अडथळे दूर करून, विविध वित्तीय क्रियाकलाप एकाच छताखाली एकत्रित करतात. हे एकत्रीकरण युनिव्हर्सल बँकांना उत्पादने विक्री करण्यास आणि त्यांच्या ग्राहकांना सर्वसमावेशक वित्तीय उपाय प्रदान करण्यास प्रोत्साहन देते.

४) जोखीम विविधता :

सार्वत्रिक बँकिंग आणि व्यापारी बँकिंगमधील जोखीम विविधता हा आणखी एक महत्त्वाचा फरक आहे. व्यापारी बँका सामान्यत: पारंपारिक बँकिंग क्रियाकलापांवर लक्ष केंद्रित करतात आणि त्यांच्या जोखमीची व्याप्ती प्रामुख्याने कर्ज देणे आणि ठेवी घेणे क्रियाकलापांशी संबंधित आहे. याउलट, सार्वत्रिक बँका गुंतवणूक बँकिंग, मालमत्ता व्यवस्थापन आणि विमा यासारख्या अनेक वित्तीय क्षेत्रांमध्ये गुंतलेल्या आहेत. परिणामी, सार्वत्रिक बँका त्यांच्या जोखीम वेगवेगळ्या क्षेत्रांमध्ये विभाजित करू शकतात, कोणत्याही एका क्षेत्रातील प्रतिकूल घटनांशी त्यांचा संपर्क कमी करू शकतात.

४) नियामक पर्यावरण :

सार्वत्रिक बँकिंग आणि व्यापारी बँकिंगसाठी नियामक पर्यावरण त्यांच्या विशिष्ट व्यवसाय प्रारूपांमुळेआणि जोखीम स्थितीमुळे भिन्न आहे. व्यापारी बँका नियमांच्या अधीन असतात ज्यात विवेकपूर्ण नियम, भांडवल पर्याप्तता, तरलता आवश्यकता आणि ठेव संरक्षण यावर लक्ष केंद्रित केले जाते. व्यापारी बँकिंगसाठीची नियामक चौकट प्रामुख्याने पारंपारिक बँकिंग जोखीम आणि स्थिरता यावर केंद्रित आहे. दुसरीकडे, सार्वत्रिक बँका विविध वित्तीय क्रियाकलापांमध्ये गुंतल्यामुळे त्यांना अधिक जटिल आणि व्यापक नियमांचा सामना करावा लागतो. नियामकांनी हितसंबंधातील संभाव्य संघर्ष, पद्धतशीर जोखीम आणि सर्व व्यवसाय क्रियांवर पुरेसे जोखीम व्यवस्थापन सुनिश्चित करणे आवश्यक आहे.

५) ग्राहकांना प्राधान्य :

सार्वत्रिक बँकिंग आणि व्यापारी बँकिंग दोन्ही ग्राहकांना सेवा देत असताना, त्यांच्या ग्राहकांचे लक्ष काही प्रमाणात वेगळे असते. व्यापारी बँका प्रामुख्याने व्यक्ती, लघु आणि मध्यम आकाराचे उद्योग (SMEs) आणि कॉर्पोरेट ग्राहकांच्या बँकिंग गरजा पूर्ण करतात. ते बचत खाती, खाती तपासणे आणि कर्जासारखी मानक बँकिंग उत्पादने पुरवितात. दुसरीकडे, सार्वत्रिक बँका, व्यक्ती आणि सूक्ष्म व मध्यम उद्योगां पासून मोठ्या कॉर्पोरेशन आणि संस्थात्मक ग्राहकांपर्यंत व्यापक ग्राहक आधार निर्माण करतात. त्यांच्या एकात्मिक सेवा ग्राहकांना वित्तीय सेवांचा अधिक व्यापक संच प्रदान करतात.

६) वित्तीय समावेशन :

वित्तीय समावेशन हा एक महत्त्वाचा पैलू आहे जो सार्वत्रिक बँकिंगला व्यापारी बँकिंग पेक्षा वेगळा करतो. सार्वत्रिक बँकांमध्ये त्यांच्या विविध सेवा आणि विस्तृत शाखा नेटवर्कद्वारे वित्तीय समावेशनाला चालना देण्यासाठी

अधिक महत्त्वपूर्ण भूमिका बजावण्याची क्षमता आहे. त्या लोकसंख्येच्या अधिक वैविध्यपूर्ण विभागासाठी वित्तीय उत्पादने आणि सेवांचा विस्तृत संच प्रदान करून ग्रामीण आणि मर्यादित सेवा असलेल्या भागात पोहोचू शकतात.

७) वित्तीय क्षेत्रावरील परिणाम :

सार्वत्रिक बँका आणि व्यापारी बँकांच्या उपस्थितीचा वित्तीय क्षेत्रावर वेगळा प्रभाव पडतो. सार्वत्रिक बँका त्यांच्या एकात्मिक दृष्टिकोनाद्वारे विशेष वित्तीय संस्थांच्या वर्चस्वाला आव्हान देतात. त्या वित्तीय उत्पादने आणि सेवांची विस्तृत श्रेणी प्रदान करून स्पर्धा आणि नवकल्पना यांना प्रोत्साहन देतात. व्यापारी बँका पारंपारिक बँकिंग सेवांचा कणा म्हणून काम करत असताना, त्यांची कार्यक्षमता, ग्राहक सेवा आणि स्थानिक उपस्थिती यावर आधारित स्पर्धा करतात.

८) आकार आणि जटिलता :

सार्वत्रिक बँका या सामान्यत: व्यापारी बँकांच्या तुलनेत मोठ्या आणि अधिक जटिल संस्था आहेत. सार्वत्रिक बँकिंगमध्ये विविध वित्तीय क्रियाकलापांच्या एकात्मतेसाठी अत्याधुनिक संस्थात्मक रचना, एकाधिक डोमेनमधील कौशल्य आणि शाखा व उपकंपन्यांचे अधिक विस्तृत नेटवर्क आहे. दुसरीकडे व्यापारी बँकांना मोठ्या प्रमाणावर कार्यरत असताना त्यांच्या कामकाजात समान पातळीवरील गुंतागुंतीचा सामना करावा लागत नाही.

९) जोखीम व्यवस्थापन पद्धती :

त्यांच्या विविध क्रियाकलापांमुळे सार्वत्रिक बँकांकडे व्यापारी बँकांच्या तुलनेत अधिक जटिल जोखीम व्यवस्थापन पद्धती आहेत. सार्वत्रिक बँकांनी विविध वित्तीय क्षेत्रांशी संबंधित संभाव्य जोखमींचे निराकरण करण्यासाठी मजबूत जोखीम व्यवस्थापन चौकट लागू करणे आवश्यक आहे. त्यांना त्यांच्या विविध कार्यप्रणालीमध्ये पत जोखीम, बाजारातील जोखीम, कार्यात्मक जोखीम आणि इतर प्रकारच्याजोखीम व्यवस्थापित करणे आवश्यक आहे.

१०) सीमापार व्यवहार :

सार्वत्रिक बँका बहुतेक वेळा बहुराष्ट्रीय स्वरूपाच्या असतात, ज्यांचे कामकाज विविध देश आणि प्रदेशांमध्ये पसरलेले असते. ते बहुराष्ट्रीय कंपन्या आणि आंतरराष्ट्रीय ग्राहकांना सेवा देऊ शकतात, सीमापार वित्तीय व्यवहार आणि गुंतवणूक सुलभ करतात. व्यापारी बँका जरी आंतरराष्ट्रीय कामकाज करत असल्या तरी सामान्यत: त्यांचे कार्य स्थानिकीकृत असते.

सार्वत्रिक बँकिंग आणि व्यापारी बँकिंग यांच्यातील फरक पुढील तक्त्याद्वारे स्पष्ट करता येईल :

फरकाचे मुद्दे	सार्वत्रिक बँकिंग	व्यापारी बँकिंग
सेवांची श्रेणी	किरकोळ बँकिंग, गुंतवणूक बँकिंग, मालमत्ता व्यवस्थापन, विमा आणि इतर विस्तृत वित्तीय सेवा प्रदान करते.	प्रामुख्याने पारंपारिक बँकिंग सेवांवर लक्ष केंद्रित करते जसे की ठेवी स्वीकारणे, कर्ज देणे आणि मूलभूत वित्तीय व्यवहार सुलभ करणे.

व्याप्ती	ग्राहकांच्या विविध वित्तीय गरजा पूर्ण करून एकाच छताखाली सर्वसमावेशक वित्तीय सेवा प्रदान करते.	सार्वत्रिक बँकिंगप्रमाणे व्यापक वैविध्य न दाखवता मुख्यतः मूलभूत बँकिंग सेवांवर लक्ष केंद्रित करते.
जोखीम विविधता	एकाधिक क्षेत्रे आणि सेवांमधील जोखीम वैविध्यपूर्ण करते, कारण एका विभागातील तोटा इतर विभागांमधील नफ्याद्वारे भरून काढला जाऊ शकतो.	मर्यादित जोखीम विविधता असते, कारण व्यावसायिक बँका प्रामुख्याने पारंपारिक बँकिंग क्रियाकलापांवर अवलंबून असतात.
ग्राहकांची सोय	ग्राहकांसाठी एकीकृत सेवा ठिकाण प्रदान करते, त्यांना अधिक संस्थांशिवाय विविध वित्तीय सेवांमध्ये प्रवेश करण्याची मुभा देते.	सेवांच्या सर्वसमावेशक संच्या ऐवजी केवळ मूलभूत बँकिंग सेवा प्रदान करते.
क्रॉस-सेलिंग	विद्यमान ग्राहकांना अतिरिक्त उत्पादने आणि सेवा प्रदान करून विक्री संधींचा फायदा घेते.	सामान्यतः मूलभूत बँकिंग उत्पादनांवर लक्ष केंद्रित करून, कमी प्रमाणात विक्रीमध्ये व्यस्त राहू शकते.
आंतरराष्ट्रीय उपस्थिती	बऱ्याचदा आंतरराष्ट्रीय उपस्थिती असते, सीमा ओलांडून जागतिक ग्राहकांना सेवा देतात.	मर्यादित आंतरराष्ट्रीय व्यवहार असून प्रामुख्याने स्थानिक बाजारपेठेत कार्यरत असते.
नियामक आराखडा	प्रदान केलेल्या सेवांच्या जटिलतेमुळे सर्वसमावेशक नियामक आराखड्याच्या अधीन.	मूलभूत बँकिंग क्रियाकलापांशी संबंधित नियामक आराखड्याच्या अधीन.
तांत्रिक नवकल्पना	ग्राहकांचा अनुभव आणि स्पर्धात्मकता वाढवण्यासाठी अनेकदा प्रगत तंत्रज्ञान, डिजिटल प्लॅटफॉर्म आणि फिनटेक सहयोगांमध्ये गुंतवणूक करते.	तंत्रज्ञानामध्ये गुंतवणूक करू शकते परंतु सार्वत्रिक बँकांच्या तुलनेत कमी.
आर्थिक प्रभाव	विविध वित्तीय सेवांद्वारे व्यवसाय आणि वैयक्तिक ग्राहकांना समर्थन देऊन आर्थिक वृद्धीस चालना देण्यात महत्त्वपूर्ण भूमिका बजावते.	व्यक्ती आणि व्यवसायांना आवश्यक बँकिंग सेवा प्रदान करून वृद्धीस हातभार लावते.
महसूल प्रवाह	फी-आधारित सेवा, गुंतवणूक बँकिंग आणि विमा यासह विविध प्रकारच्या वित्तीय क्रियाकलापांमधून महसूल व्युत्पन्न करते.	मुख्यत्वे कर्जावरील व्याज उत्पन्न आणि ठेवींवर भरलेल्या व्याजातून महसूल निर्माण करते.

०२१.३ सार्वत्रिक बँकांची कार्ये :

सार्वत्रिक बँका, ज्यांना पूर्ण-सेवा बँका किंवा वित्तीय समूह म्हणूनही ओळखले जाते, पारंपारिक व्यावसायिक बँकिंग क्रियाकलापांच्या पलीकडे जाऊन विस्तृत कार्ये करतात. त्यांचे सर्वसमावेशक व्यवसाय प्रारूप त्यांना व्यावसायिक बँकिंग, गुंतवणूक बँकिंग, विमा, मालमत्ता व्यवस्थापन आणि इतर संबंधित क्रियाकलापांद्वारे विविध वित्तीय सेवा प्रदान करण्यास सक्षम करते.

१) व्यावसायिक बँकिंग कार्ये :

सार्वत्रिक बँकांच्या कार्याचा केंद्रबिंदू पारंपारिक व्यावसायिक बँकिंग क्रियाकलाप आहेत. या कार्यांमध्ये व्यक्ती आणि व्यवसायांकडून ठेवी स्वीकारणे, विविध प्रकारची कर्जे (वैयक्तिक कर्ज, गृह कर्ज, व्यवसाय कर्ज इ.), चेकिंग आणि बचत खाती ऑफर करणे आणि इलेक्ट्रॉनिक निधी हस्तांतरण सुलभ करणे समाविष्ट आहे. सार्वत्रिक बँका बचतकर्ता आणि कर्जदार यांच्यातील निधी मध्यस्थी करण्यात, अर्थव्यवस्थेला तरलता प्रदान करण्यात आणि वित्तीय समावेशनाला पाठिंबा देण्यासाठी महत्त्वपूर्ण भूमिका बजावतात.

२) गुंतवणूक बँकिंग कार्ये :

सार्वत्रिक बँकांची गुंतवणूक बँकिंग क्रियाकलापांमध्ये मजबूत उपस्थिती आहे, त्या भांडवली बाजारात मध्यस्थ म्हणून काम करतात. ते भाग आणि बंधपत्र यासारख्या प्रतिभूती स्वीकारतात आणि वितरीत करतात, कॉर्पोरेशन्स आणि सरकारांना इनिशियल पब्लिक ऑफरिंग (IPO) आणि बंधपत्र जारी करून भांडवल उभारण्यास मदत करतात. गुंतवणूक बँकिंग कार्यांमध्ये विलीनीकरण आणि अधिग्रहण (M&A), पुनर्रचना आणि कॉर्पोरेट वित्तपुरवठाविषयक वित्तीय सल्लागार सेवा प्रदान करणे समाविष्ट आहे.

३) संपत्ती व्यवस्थापन आणि मालमत्ता व्यवस्थापन :

सार्वत्रिक बँका सधन व्यक्ती आणि संस्थात्मक ग्राहकांना संपत्ती व्यवस्थापन सेवा देतात. या सेवांमध्ये वैयक्तिक वित्तीय नियोजन, पोर्टफोलिओ व्यवस्थापन, इस्टेट नियोजन आणि कर सल्लागार यांचा समावेश आहे. याव्यतिरिक्त सार्वत्रिक बँका म्युच्युअल फंड, एक्सचेंज-ट्रेडेड फंड (ETF) आणि इतर गुंतवणूक उत्पादनांद्वारे विविध गुंतवणूक निधी व्यवस्थापित करणारे मालमत्ता व्यवस्थापन विभाग चालवतात.

४) विमा सेवा :

सार्वत्रिक बँकांमध्ये अनेकदा विमा उपकंपन्या किंवा विभाग असतात जे व्यक्ती आणि व्यवसायांना विमा उत्पादनांची श्रेणी देतात. या उत्पादनांमध्ये जीवन विमा, आरोग्य विमा, मालमत्ता विमा आणि अपघाती विमा यांचा समावेश होतो. विमा सेवा प्रदान करून, सार्वत्रिक बँका त्यांच्या महसूल प्रवाहात विविधता आणू शकतात आणि त्यांच्या ग्राहकांना सर्वसमावेशक आर्थिक उपाय देऊ शकतात.

५) कोषागार आणि परकीय चलन (फॉरेक्स) व्यवहार :

सार्वत्रिक बँका त्यांचे स्वतःचे कोषागार व्यवहार व्यवस्थापित करतात, ज्यामध्ये जास्तीत-जास्त परतावा मिळवण्यासाठी विविध वित्तीय साधनांमध्ये अतिरिक्त निधी गुंतवणे समाविष्ट असते. ते आंतरराष्ट्रीय व्यापार सुलभ

करण्यासाठी आणि त्यांच्या ग्राहकांसाठी चलन जोखीम व्यवस्थापित करण्यासाठी परकीय चलन (फॉरेक्स) व्यवहारांमध्ये देखील व्यस्त असतात.

६) रिटेल बँकिंग सेवा :

आपल्या व्यावसायिक बँकिंग कार्यांचा एक भाग म्हणून, सार्वत्रिक बँका वैयक्तिक ग्राहकांना रिटेल बँकिंग सेवांची विस्तृत श्रेणी पुरवितात. या सेवांमध्ये एटीएम सुविधा, डेबिट आणि क्रेडिट कार्ड जारी करणे, ऑनलाइन आणि मोबाइल बँकिंग तसेच विविध बँकिंग गरजांसाठी ग्राहक समर्थन यांचा समावेश आहे.

७) कॉर्पोरेट बँकिंग आणि व्यापार वित्तपुरवठा :

सार्वत्रिक बँका व्यवसाय आणि कॉर्पोरेशनना कॉर्पोरेट बँकिंग सेवा प्रदान करतात. या सेवांमध्ये कार्यरत भांडवल वित्तपुरवठा, व्यापार वित्तपुरवठा, रोख व्यवस्थापन उपाय आणि कॉर्पोरेट सल्लागारांचा समावेश आहे. तसेच व्यापार वित्तपुरवठा पतपत्रे, निर्यात वित्तपुरवठा आणि व्यापार-संबंधित सेवा प्रदान करून आंतरराष्ट्रीय व्यापार सुलभ करतात.

८) प्रकल्प वित्तपुरवठा आणि पायाभूत सुविधा निधी :

सार्वत्रिक बँका अनेकदा प्रकल्प वित्तपुरवठ्यामध्ये भाग घेतात, पायाभूत सुविधा प्रकल्प, ऊर्जा उपक्रम आणि इतर मोठ्या उपक्रमांसाठी दीर्घकालीन वित्तपुरवठा करतात. गुंतवणूकदार आणि कर्जदारांना आकर्षित करण्यासाठी ते वित्तपुरवठा तयार करतात आणि या प्रकल्पांशी संबंधित जोखमींचे मूल्यांकन करतात.

९) भांडवल बाजार सेवा :

सार्वत्रिक बँका समहक्क संशोधन, समहक्क मध्यस्थ आणि निश्चित-उत्पन्न व्यापारासह भांडवल बाजार सेवांची विस्तृत श्रेणी पुरवितात. ते दुय्यम बाजार व्यवहारात मध्यस्थ म्हणून काम करतात, त्यांच्या ग्राहकांसाठी प्रतिभूतींची खरेदी आणि विक्री सुलभ करतात.

१०) वित्तीय सल्ला आणि गुंतवणूक सेवा :

सार्वत्रिक बँका ग्राहकांना वित्तीय सल्लागार सेवा पुरवितात, त्यांना त्यांची गुंतवणूक, वित्तीय नियोजन आणि संपत्ती व्यवस्थापन याबाबत माहितीपूर्ण निर्णय घेण्यास मदत करतात. या सल्लागार सेवा ग्राहकांना त्यांची वित्तीय उद्दिष्टे साध्य करण्यास आणि त्यांची गुंतवणूक धोरणे अनुकूल करण्यास मदत करतात.

११) इलेक्ट्रॉनिक आणि डिजिटल बँकिंग :

सार्वत्रिक बँका तंत्रज्ञानामध्ये मोठ्या प्रमाणात गुंतवणूक करतात आणि इलेक्ट्रॉनिक व डिजिटल बँकिंग सेवा पुरवितात. यामध्ये ऑनलाइन बँकिंग, मोबाइल बँकिंग ॲप्लिकेशन्स आणि डिजिटल वॉलेटचा समावेश आहे. या सेवांमुळे ग्राहकांना व्यवहार करणे, खात्याची माहिती मिळवणे आणि सोयीस्करपणे पेमेंट करणे शक्य होते.

१२) स्थावर मालमत्ता आणि तारण सेवा :

काही सार्वत्रिक बँकांमध्ये विशेष स्थावर मालमत्ता विभाग आहेत जे स्थावर मालमत्ता प्रकल्पांसाठी वित्तपुरवठा आणि सल्लागार सेवा प्रदान करतात. ते घर खरेदीसाठी व्यक्तींना तारण कर्ज देतात, त्यांच्या कर्ज पोर्टफोलिओमध्ये आणखी वैविध्य आणतात.

१३) खाजगी समहक्क आणि साहसी भांडावल :

सार्वत्रिक बँकांमध्ये खाजगी समहक्क आणि साहसी भांडावल सेवा असू शकतात ज्या स्टार्ट-अप, वाढणारे व्यवसाय आणि नाविन्यपूर्ण उपक्रमांमध्ये गुंतवणूक करतात. या गुंतवणुकीमुळे उद्योजकीय प्रयत्नांना मदत होते आणि विविध उद्योगांमध्ये नवनिर्मितीला प्रोत्साहन मिळते.

१४) सीमापार सेवा :

जागतिक पोहच असलेल्या सार्वत्रिक बँका आंतरराष्ट्रीय व्यापार आणि गुंतवणूक सक्षम करून सीमापार बँकिंग सेवा सुलभ करतात. त्या सीमापार व्यवहारांना समर्थन देण्यासाठी परस्पर बँकिंग सेवा, व्यापार वित्तपुरवठा, परकीय चलन आणि आंतरराष्ट्रीय निधी हस्तांतरण प्रदान करतात.

१५) वित्तीय समावेशन उपक्रम :

विशेषत: उदयोन्मुख अर्थव्यवस्थांमध्ये वित्तीय समावेशनाला चालना देण्यासाठी सार्वत्रिक बँका महत्त्वाची भूमिका बजावतात. त्या त्यांच्या सेवा दुर्गम भागात विस्तारित करतात, बँकिंग सुविधा नसलेल्या लोकसंख्येसाठी मूलभूत बँकिंग सुविधा पुरवितात आणि सूक्ष्म वित्तपुरवठा उपक्रमांना प्रोत्साहन देतात.

१६) जोखीम व्यवस्थापन आणि अनुपालन :

सार्वत्रिक बँकांनी त्यांच्या विविध कार्यप्रणालींशी संबंधित विविध जोखीम ओळखण्यासाठी, त्यांचे मूल्यांकन करण्यासाठी आणि व्यवस्थापित करण्यासाठी जोखीम व्यवस्थापन आणि अनुपालन कार्ये समर्पित केली आहेत. या बँका त्यांच्या ग्राहकांचे रक्षण करण्यासाठी आणि वित्तीय प्रणालीची अखंडता कायम राखण्यासाठी नियामक आवश्यकता, अँटी-मनी लाँडरिंग (AML) नियम आणि डेटा सुरक्षा प्रोटोकॉलचे पालन करतात.

१७) संशोधन आणि बाजारपेठ अंदाज :

सार्वत्रिक बँका बाजारपेठ संशोधन करतात आणि वित्तीय प्रवाह, गुंतवणुकीच्या संधी व वित्तीय बाजारातील घडामोडींची माहिती देतात. त्यांचे संशोधन अहवाल आणि विश्लेषण ग्राहकांना माहितीपूर्ण वित्तीय निर्णय घेण्यास मदत करतात.

१८) कॉर्पोरेट सोशल रिस्पॉन्सिबिलिटी (CSR):

अनेक सार्वत्रिक बँका कॉर्पोरेट सोशल रिस्पॉन्सिबिलिटी उपक्रमांमध्ये सक्रियपणे गुंतलेल्या आहेत. त्यासाठी त्या सामुदायिक विकास, शिक्षण, आरोग्यसेवा आणि पर्यावरणीय शाश्वततेला प्रोत्साहन देतात. त्या सामाजिक कल्याणासाठी योगदान देतात आणि त्या ज्या समुदायांची सेवा करतात त्यांच्या गरजा पूर्ण करतात.

बहुविकल्पी प्रश्न

१) ---------- हे एक असे बँकिंग प्रारूप आहे जेथे वित्तीय संस्था एकाच छताखाली बँकिंग आणि वित्तीय सेवांची विस्तृत श्रेणी प्रदान करतात.

अ) वित्तीय व्यवस्थापन ब) सार्वत्रिक बँकिंग क) सांस्कृतिक एकात्मता ड) भाषिक विविधता

२) १९९० च्या दशकात ---------- ने वित्तीय क्षेत्रातील सुधारणा आणल्यानंतर सार्वत्रिक बँकिंगच्या संकल्पनेला भारतामध्ये महत्त्व प्राप्त झाले.

अ) गुणवत्ता नियंत्रण ब) रिझर्व्ह बँक ऑफ इंडिया (आरबीआय)

क) पुरवठा व्यवस्थापन ड) आर्थिक उदारीकरण

३) सार्वत्रिक बँकिंग प्रणालीमध्ये, एकच वित्तीय संस्था ----------, विमा, मालमत्ता व्यवस्थापन आणि गुंतवणूक बँकिंग यासारख्या सेवा देऊ शकते.

अ) आर्थिक विश्लेषण ब) रिटेल बँकिंग

क) पुरवठा साखळी व्यवस्थापन ड) भाषिक विविधता

४) सार्वत्रिक बँकिंग स्वीकारण्याचे उद्दिष्ट ग्राहकांना सुविधा आणि सर्वसमावेशक वित्तीय सेवा प्रदान करून ---------- हे आहे.

अ) वित्तीय स्थिरता वाढवणे ब) सांस्कृतिक एकात्मता

क) भाषिक विविधता ड) पुरवठा व्यवस्थापन

५) ---------- ही भारतातील नियामक प्राधिकरण आहे जी बँकिंग क्षेत्रावर देखरेख करते आणि सार्वत्रिक बँकिंग कार्यपद्धतींसाठी मार्गदर्शक तत्त्वे तयार करते.

अ) सिक्युरिटीज अँड एक्सचेंज बोर्ड ऑफ इंडिया (सेबी)

ब) अर्थ मंत्रालय

क) भारतीय स्पर्धा आयोग

ड) भारतीय रिझर्व्ह बँक (RBI)

६) भारतातील सार्वत्रिक बँकिंगमुळे बँकिंग आणि इतर वित्तीय सेवांमध्ये ---------- वाढ झाली आहे, ज्यामुळे ग्राहक आणि वित्तीय संस्था दोघांनाही फायदा होत आहे.

अ) गुणवत्ता नियंत्रण ब) वित्तीय एकत्रीकरण क) पुरवठा पर्याप्तता ड) भाषिक विविधता

७) ---------- बँकिंग अशा प्रारूपाचा संदर्भ देते जेथे वित्तीय संस्था पारंपारिक बँकिंग क्रियाकलापांच्या पलीकडे वित्तीय सेवांची विस्तृत श्रेणी देतात.

अ) वित्तीय व्यवस्थापन ब) सार्वत्रिक बँकिंग क) सांस्कृतिक एकात्मता ड) भाषिक विविधता

८) सार्वत्रिक बँकिंगच्या ---------- मध्ये एकाच कॉर्पोरेट संस्था अंतर्गत विविध वित्तीय सेवा प्रदान करणे समाविष्ट आहे.

अ) गुणवत्ता नियंत्रण ब) व्याख्या क) पुरवठा व्यवस्थापन ड) कलात्मक अभिव्यक्ती

९) सार्वत्रिक बँकिंगचा ---------- म्हणजे एकाच ठिकाणी विविध वित्तीय सेवा प्रदान करून ग्राहकांना सुविधा प्रदान करणे.

अ) आर्थिक विश्लेषण **ब)** उद्दिष्ट

क) पुरवठा साखळी व्यवस्थापन **ड)** भाषिक विविधता

१०) सार्वत्रिक बँकिंगच्या ---------- चा एक महत्त्वाचा भाग म्हणजे बँकिंग, विमा, मालमत्ता व्यवस्थापन आणि गुंतवणूक बँकिंग सेवांचे एकत्रीकरण.

अ) गुणवत्ता नियंत्रण **ब)** वैशिष्ट्ये **क)** आर्थिक विश्लेषण **ड)** सांस्कृतिक एकत्मता

११) सार्वत्रिक बँकिंगचे उद्दिष्ट सर्वसमावेशक वित्तीय सेवा आणि सुविधा प्रदान करून ग्राहक ---------- वाढवणे आहे.

अ) भाषिक विविधता **ब)** गुणवत्ता नियंत्रण **क)** समाधान **ड)** यादी व्यवस्थापन

१२) सार्वत्रिक बँकिंगच्या ---------- मध्ये वित्तीय स्थिरता, विक्रीच्या वाढलेल्या संधी आणि सुधारित स्पर्धात्मकता यांचा समावेश होतो.

अ) सांस्कृतिक एकीकरण **ब)** वैशिष्ट्ये **क)** भाषिक विविधता **ड)** उद्दिष्ट

१३) ---------- मध्ये प्रामुख्याने मूलभूत बँकिंग सेवा जसे की ठेवी, कर्जे आणि किरकोळ व कॉर्पोरेट ग्राहकांना मूलभूत आर्थिक उत्पादने प्रदान करणे समाविष्ट आहे.

अ) आर्थिक व्यवस्थापन **ब)** व्यापारी बँकिंग

क) सांस्कृतिक एकात्मता **ड)** भाषिक विविधता

१४) ---------- मध्ये विमा, गुंतवणूक बँकिंग आणि संपत्ती व्यवस्थापन यासारख्या वित्तीय सेवांची विस्तृत श्रेणी समाविष्ट आहे.

अ) गुणवत्ता नियंत्रण **ब)** सार्वत्रिक बँकिंग

क) पुरवठा व्यवस्थापन **ड)** कलात्मक अभिव्यक्ती

१५) ---------- पारंपारिक बँकिंग क्रियाकलापांवर लक्ष केंद्रित करतेआणि बिगर बँकिंग वित्तीय सेवांमध्ये मोठ्या प्रमाणात भाग घेत नाही.

अ) आर्थिक विश्लेषण **ब)** व्यापारी बँका

क) पुरवठा साखळी व्यवस्थापन **ड)** भाषिक विविधता

१७) ---------- संस्था विविध वित्तीय गरजांसाठी एकीकृत स्थायी ठिकाण प्रदान करतात, विविध ग्राहकांच्या गरजा पूर्ण करतात.

अ) व्यापारी बँकिंग **ब)** सार्वत्रिक बँकिंग **क)** वित्तीय विश्लेषण **ड)** सांस्कृतिक एकीकरण

१७) व्यापारी बँका ---------- वित्तीय सेवांवर लक्ष केंद्रित करत असताना, सार्वत्रिक बँका वित्तीय उत्पादनांचा एकात्मिक संच प्रदान करतात.

अ) मालसाठा व्यवस्थापन ब) मूलभूत

क) भाषिक विविधता ड) गुणवत्ता नियंत्रण

१८) व्यापारी बँका आणि सार्वत्रिक बँका यातील मुख्य फरक ---------- प्रदान केलेल्या सेवांच्या श्रेणीमध्ये आहे, सार्वत्रिक बँकिंग हा अधिक व्यापक दृष्टिकोन आहे.

अ) सांस्कृतिक एकात्मता ब) भाषिक विविधता क) व्याप्ती आणि ड) वित्तीय विश्लेषण

१९) सार्वत्रिक बँका व्यक्ती आणि व्यवसायांना बचत खाती, मुदत ठेवी आणि कर्ज यासारख्या ---------- सेवा देतात.

अ) वित्तीय व्यवस्थापन ब) रिटेल बँकिंग क) सांस्कृतिक एकात्मता ड) भाषिक विविधता

२०) सार्वत्रिक बँका गुंतवणूक बँकिंग, अंडररायटिंग आणि आर्थिक साधनांचा व्यापार यासारख्या ---------- सेवा देखील प्रदान करतात.

अ) गुणवत्ता नियंत्रण ब) घाऊक बँकिंग क) पुरवठा व्यवस्थापन ड) कलात्मक अभिव्यक्ती

२२) ---------- हे सार्वत्रिक बँकांचे कार्य आहे ज्यामध्ये ग्राहकांना त्यांचे गुंतवणूक पोर्टफोलिओ व्यवस्थापित करण्यास आणि आर्थिक उद्दिष्टे साध्य करण्यास मदत करणे समाविष्ट आहे.

अ) वित्तीय विश्लेषण ब) संपत्ती व्यवस्थापन

क) पुरवठा साखळी व्यवस्थापन ड) भाषिक विविधता

२२) सार्वत्रिक बँका अनेकदा व्यक्ती आणि व्यवसायांना विमा उत्पादने प्रदान करून ---------- क्रियाकलापांमध्ये व्यस्त असतात.

अ) गुणवत्ता नियंत्रण ब) विमा

क) वित्तीय विश्लेषण ड) सांस्कृतिक एकात्मता

२३) सार्वत्रिक बँका ---------- उपक्रमांद्वारे भांडवल उभारणीत कॉर्पोरेशनला मदत करतात जसे की इनिशियल पब्लिक ऑफरिंग्ज (IPO) आणि पतपत्रे जारी करणे.

अ) यादी व्यवस्थापन ब) गुंतवणूक बँकिंग क) भाषिक विविधता ड) गुणवत्ता नियंत्रण

२४) सार्वत्रिक बँका प्रतिभूती, परकीय चलन आणि डेरिव्हेटिव्हजचा व्यापार सुलभ करून ---------- मध्यस्थ म्हणून काम करतात.

अ) राजकीय ब) वित्तीय क) सामाजिक ड) ऐतिहासिक

उत्तरे : १) ब, २) ड, ३) ड, ४) अ, ५) ड, ६) ब, ७) ब, ८) ब, ९) ब, १०) ब, ११) क, १२) ड, १३) ब, १४) ब, १५) ब, १६) ब, १७) ब, १८) क, १९) ब, २०) ब, २१) ब, २२) ब, २३) ब, २४) ब.

सरावासाठी प्रश्न

प्र. १. सार्वत्रिक बँक व्यवसाय म्हणजे काय? भारतातील सार्वत्रिक बँक व्यवसाय प्रणालीच्या उत्क्रांतीबद्दल माहिती सांगा.

प्र. २. सार्वत्रिक बँक व्यवसायाच्या उद्दिष्टांची माहिती सांगा

प्र. ३. सार्वत्रिक बँक व्यवसायाची वैशिष्ट्ये स्पष्ट करा.

प्र. ४. सार्वत्रिक बँक व्यवसायाचे महत्त्व स्पष्ट करा.

प्र. ५. व्यापारी बँकिंग आणि सार्वत्रिक बँकिंगमधील फरक सांगा.

प्र. ६. सार्वत्रिक बँक व्यवसायाची कार्ये स्पष्ट करा.

प्र. ७. **खालील विषयांवर टिपा लिहा:**

अ) सार्वत्रिक बँक व्यवसायाची उद्दिष्टे

ब) सार्वत्रिक बँक व्यवसायाची वैशिष्ट्ये.

क) सार्वत्रिक बँकांची कार्ये.

ड) व्यापारी बँकिंग आणि सार्वत्रिक बँकिंगमधील फरक.

सार्वत्रिक बँकांच्या कार्यपद्धती

प्रकरण २

प्रस्तावना :

सार्वत्रिक बँकांच्या कार्यपद्धतींमध्ये त्यांचे एकात्मिक व्यवसाय प्रारूप प्रतिबिंबित करणाऱ्या धोरणात्मक आणि कार्यात्मक पध्दतींची विस्तृत श्रेणी समाविष्ट आहे. या बँका सर्वसमावेशक जोखीम व्यवस्थापन पद्धतींमध्ये गुंतलेल्या आहेत. त्या विविध वित्तीय क्रियाकलापांशी संबंधित विविध जोखमींचा हिशेब ठेवतात. त्या ग्राहकांना अनुकूल वित्तीय सेवा प्रदान करून, त्यांच्या बहुआयामी सेवा पोर्टफोलिओचा फायदा घेऊन ग्राहक संबंध अधिक दृढ करण्यासाठी विक्रीवर भर देतात. सार्वत्रिक बँका ग्राहकांच्या सोयी आणि सुलभता वाढविण्यासाठी तंत्रज्ञानाच्या एकत्रीकरणास, प्रगत डिजिटल प्लॅटफॉर्म आणि मोबाइल ॲप्स विकसित करण्यास प्राधान्य देतात. त्यांच्या कॉर्पोरेट गव्हर्नन्समध्ये सक्षम अंतर्गत नियंत्रणे, जोखीम समित्या आणि हितसंबंधांच्या संभाव्य संघर्षांचे निराकरण करण्यासाठी आणि विविध व्यवसाय मार्गांवर नैतिक आचरण सुनिश्चित करण्यासाठी अनुपालन संरचना समाविष्ट आहे. शिवाय, सार्वत्रिक बँका कॉर्पोरेट सामाजिक जबाबदारी उपक्रमांद्वारे आर्थिक विकासात सक्रियपणे योगदान देतात. शिक्षण, आरोग्य सेवा आणि सेवा देत असलेल्या समुदायांना लाभ देण्यासाठी शाश्वत उपक्रमांना प्रोत्साहन देतात.

२.१ सार्वत्रिक बँकांच्या कार्यपद्धती :

सार्वत्रिक बँकांच्या कार्यपद्धतींमध्ये धोरणात्मक, कार्यात्मक आणि नैतिक दृष्टीकोनांचा समावेश आहे. या वित्तीय संस्था जागतिक वित्तीय परिदृश्यामध्ये कार्य करण्याच्या पद्धतीची व्याख्या करतात. व्यावसायिक बँकिंग, गुंतवणूक बँकिंग, विमा, मालमत्ता व्यवस्थापन आणि यासारख्या इतर वित्तीय सेवांची विस्तृत श्रेणी प्रदान करणाऱ्या संस्था म्हणून, सार्वत्रिक बँका जोखीम प्रभावीपणे व्यवस्थापित करण्यासाठी, महसूल पर्याप्तता करण्यासाठी, ग्राहकांचा अनुभव वाढवण्यासाठी, नाविन्यपूर्णतेला प्रोत्साहन देण्यासाठी, नियामक सुनिश्चित करण्यासाठी विविध पद्धतींमध्ये व्यस्त असतात.

१) एकात्मिक जोखीम व्यवस्थापन :

सार्वत्रिक बँकिंग पद्धतींचा एक पाया म्हणजे एकात्मिक जोखीम व्यवस्थापन होय. विविध वित्तीय क्रियाकलापांमध्ये त्यांचा सहभाग लक्षात घेता सार्वत्रिक बँकांना पत जोखीम, बाजारातील जोखीम, कार्यात्मक जोखीम आणि नियामक जोखीम यासह विविध प्रकारच्या जोखीम ओळखणे, मूल्यांकन करणे आणि व्यवस्थापित करणे आवश्यक आहे. प्रभावी जोखीम व्यवस्थापन पद्धतींमध्ये सर्वसमावेशक जोखीम मूल्यमापन प्रारूप विकसित करणे समाविष्ट आहे जे विविध व्यवसायांच्या परस्परसंबंधाचा विचार करतात. हा दृष्टीकोन सुनिश्चित करतो की जोखमी योग्यरित्या समजल्या जातात आणि सर्व कार्यपद्धतीमध्ये कमी केल्या जातात, ज्यामुळे वित्तीय संस्थेच्या स्थिरतेवर प्रतिकूल घटनांचा संभाव्य प्रभाव कमी होतो.

२) विक्री आणि समन्वय निर्मिती :

सार्वत्रिक बँका विक्रीचा सराव करून त्यांच्या विविध सेवांचा फायदा घेतात, जिथे त्या एकाच ग्राहकाला अनेक वित्तीय उत्पादने आणि सेवा प्रदान करतात. विक्री केवळ विविध वित्तीय गरजांसाठी एकीकृत स्थायी ठिकाण प्रदान करून ग्राहकांच्या सोयी वाढवत नाही तर महसूल वाढीस चालना देणारा समन्वय देखील निर्माण करते. उदाहरणार्थ, बँकेकडे गहाण ठेवणाऱ्या ग्राहकाला गुंतवणूक किंवा विमा उत्पादनांमध्ये रस असू शकतो. अशा संधी ओळखून, सार्वत्रिक बँका ग्राहक संबंध अधिक दृढ करू शकतात आणि त्यांचे एकूण आर्थिक वित्तीय सुधारू शकतात.

३) तंत्रज्ञानाचा अवलंब आणि डिजिटल परिवर्तन :

डिजिटल युगाने सार्वत्रिक बँकांना त्यांच्या कामकाजात तंत्रज्ञान स्वीकारण्यास प्रवृत्त केले आहे. ग्राहकांचा अनुभव वाढवण्यासाठी, प्रक्रिया सुलभ करण्यासाठी आणि त्यांच्या सेवांमध्ये प्रवेशयोग्यता सुधारण्यासाठी ते नाविन्यपूर्ण डिजिटल प्लॅटफॉर्म, मोबाइल ॲप्लिकेशन्स आणि ऑनलाइन बँकिंग सेवा विकसित करतात. तंत्रज्ञानाचा अवलंब सार्वत्रिक बँकांना वैयक्तिकृत आर्थिक उपाय, डेटा-चालित अंतर्दृष्टी आणि रिअल-टाइम अपडेट्स प्रदान करण्यास सक्षम करते. ज्यामुळे त्यांच्या ग्राहकांसाठी अधिक आकर्षक आणि सोयीस्कर बँकिंग अनुभव निर्माण होतो.

४) कॉर्पोरेट गव्हर्नन्स आणि नैतिक आचरण :

सार्वत्रिक बँकांच्या कार्यपद्धती सक्षम कॉर्पोरेट गव्हर्नन्स संरचना आणि नैतिक आचरण यावर भर देतात. त्यांच्या एकात्मिक प्रारूपासह, सार्वभौमिक बँकांना विविध व्यवसायांमधील हितसंबंधांच्या संभाव्य संघर्षांचा सामना करावा लागतो. या संघर्षांचे व्यवस्थापन करण्यासाठी आणि ग्राहकांच्या हितांचे संरक्षण केले जाईल याची खात्री करण्यासाठी सक्षम अंतर्गत नियंत्रणे, पारदर्शक निर्णय प्रक्रिया आणि जबाबदारीच्या स्पष्ट रेषा आवश्यक आहेत. सार्वजनिक विश्वास आणि नियामक अनुपालन राखण्यासाठी तसेच वित्तीय व्यवस्थेची अखंडता राखण्यासाठी नैतिक आचरण महत्त्वपूर्ण आहे.

५) नियामक अनुपालन आणि जोखीम कमी करणे :

सार्वत्रिक बँका विविध वित्तीय क्रियाकलापांमध्ये गुंतल्यामुळे जटिल नियामक वातावरणात कार्य करतात. या क्षेत्रातील सराव विकसित नियमांसह अद्ययावत राहणे, आवश्यक परवाने राखणे आणि उद्योग मानकांशी जुळणाऱ्या अनुपालन प्रक्रियेची अंमलबजावणी करणे यावर लक्ष केंद्रित करतात. जोखीम कमी करण्याच्या रणनीती हे

सुनिश्चित करतात की संस्था नियामक आवश्यकतांचे पालन करते, कायदेशीर आणि प्रतिष्ठित जोखीम कमी करते तसेच वित्तीय प्रणालीच्या एकूण स्थिरतेमध्ये योगदान देते.

६) नावीन्य आणि उत्पादन विकास :

नावीन्य हे सार्वत्रिक बँकिंग पद्धतींचे वैशिष्ट्य आहे. या संस्था सतत नवीन वित्तीय उत्पादने, सेवा आणि समाधाने विकसित करण्याचा प्रयत्न करतात जे ग्राहकांच्या वाढत्या गरजा आणि बाजारातील प्रवाह पूर्ण करतात. नावीन्य हे सार्वत्रिक बँकांना वेगाने बदलणाऱ्या परिदृश्यामध्ये स्पर्धात्मक आणि संबंधित राहण्यास मदत करते. ज्यामुळे त्यांना उदयोन्मुख आव्हाने आणि संधींना तोंड देणारे अत्याधुनिक उपाय प्रदान करता येतात.

७) सामुदायिक सहभाग आणि सामाजिक जबाबदारी :

सार्वत्रिक बँकांच्या कार्यपद्धती वित्तीय व्यवहारांच्या पलीकडे समुदाय प्रतिबद्धता आणि कॉर्पोरेट सामाजिक जबाबदारी (CSR) उपक्रमांचा समावेश करण्यासाठी विस्तारित आहेत. या बँका शाश्वत विकास आणि सकारात्मक सामाजिक प्रभावांना चालना देण्यासाठी त्यांची भूमिका ओळखतात. कॉर्पोरेट सामाजिक जबाबदारी उपक्रमांद्वारे, सार्वत्रिक बँका शैक्षणिक कार्यक्रम, आरोग्यसेवा उपक्रम, पर्यावरणीय स्थिरता आणि इतर प्रकल्पांना प्रोत्साहन देतात. सेवा देत असलेल्या समुदायांना लाभ देतात, त्यांच्या व्यावसायिक क्रियाकलापांना व्यापक सामाजिक उद्दिष्टांसह संरेखित करतात.

८) जागतिक विस्तार आणि सीमापार व्यवहार :

अनेक सार्वत्रिक बँकांची जागतिक स्तरावर पोहच आहे आणि त्या सीमापार व्यवहारांमध्ये व्यस्त आहेत. यात जटिल आंतरराष्ट्रीय नियमांशी जुळवून घेणे, चलन जोखीम व्यवस्थापित करणे आणि विविध बाजारपेठांच्या अद्वितीय गरजांसाठी वित्तीय उपाय तयार करणे समाविष्ट आहे. हा जागतिक विस्तार सार्वत्रिक बँकांना बहुराष्ट्रीय कंपन्यांना सेवा देण्यास, आंतरराष्ट्रीय व्यापार सुलभ करण्यास आणि जागतिक आर्थिक वृद्धीस हातभार लावण्यास प्रोत्साहन देतो.

९) ग्राहक–केंद्रित दृष्टीकोन आणि संबंध निर्मिती :

सार्वत्रिक बँकांच्या पद्धती ग्राहक–केंद्रित दृष्टिकोनावर भर देतात जे ग्राहकांशी मजबूत आणि चिरस्थायी संबंध निर्माण करण्यास प्राधान्य देतात. युनिव्हर्सल बँक वैयक्तिक आणि व्यावसायिक गरजा पूर्ण करणाऱ्या वैयक्तिक सल्लागार सेवा, वित्तीय नियोजन आणि संपत्ती व्यवस्थापन सेवा प्रदान करतात. हा दृष्टिकोन ग्राहकांची निष्ठा वाढवतो, ब्रँडची प्रतिष्ठा मजबूत करतो आणि सार्वत्रिक बँकांना विश्वासार्ह वित्तीय भागीदार म्हणून स्थान देतो.

१०) कर्मचारी प्रशिक्षण आणि कौशल्य विकास :

प्रदान केलेल्या वित्तीय सेवांची विविधता लक्षात घेता, सार्वत्रिक बँका कर्मचारी प्रशिक्षण आणि कौशल्य विकासामध्ये गुंतवणूक करतात. कर्मचाऱ्यांना विविध वित्तीय उत्पादने, नियामक आवश्यकता आणि उद्योग प्रवाहांमध्ये पारंगत असणे आवश्यक आहे. प्रशिक्षण हे सुनिश्चित करते की कर्मचारी अचूक माहिती देऊ शकतात, दर्जेदार सेवा देऊ शकतात आणि उच्च पातळीवरील व्यावसायिकता राखू शकतात.

⊘२.२ सार्वत्रिक बँक व्यवसायाचे फायदे आणि तोटे :

सार्वत्रिक बँकिंग अनेक फायदे देते, ज्यात एकात्मिक कार्यपद्धतीद्वारे साध्य केलेले मोठ्या प्रमाणावरील फायदे, एकाच छताखाली विस्तृत वित्तीय सेवांमुळे ग्राहक सुविधांमध्ये झालेली वृद्धी, विविध व्यवसाय पातळींवर प्रभावी जोखीम वैविध्य आणि नावीन्यपूर्ण व विक्रीद्वारे वाढलेली स्पर्धात्मकता यांचा समावेश आहे. तथापि, याचे काही तोटे देखील आहेत जसे की विविध क्रियाकलापांमधील हितसंबंधातील संभाव्य संघर्ष, सर्वसमावेशक पर्यवेक्षणाच्या आवश्यकतेमुळे नियामक गुंतागुंत, एका क्षेत्रातील अपयशांमुळे संपूर्ण संस्थेवर परिणाम होऊन वाढलेली प्रणालीगत जोखीम आणि विविध वित्तीय क्षेत्रांमध्ये कौशल्य राखण्यात आव्हाने इ. संभाव्य तोटे कमी करणयासाठी आणि फायद्यांचा उपयोग करण्यासाठी मजबूत जोखीम व्यवस्थापन आणि प्रशासन संरचना आवश्यक आहे.

२.२.१ सार्वत्रिक बँक व्यवसायाचे फायदे :

सार्वत्रिक बँकिंग एका संस्थात्मक छत्राखाली वित्तीय सेवांच्या व्यापक श्रेणीद्वारे वैशिष्ट्यीकृत, आधुनिक वित्तीय परिदृश्यात त्याच्या प्रमुखतेला हातभार लावणारे असंख्य फायदे देते. सार्वत्रिक बँकिंगचे खालील फायदे आहेत :

१) मोठ्या अर्थव्यवस्थेचा फायदा आणि खर्च कार्यक्षमता :

सार्वत्रिक बँकिंग एकाच घटकामध्ये विविध वित्तीय सेवा एकत्रित करून मोठ्या प्रमाणावर अर्थव्यवस्थांचा उपयोग करते. सामायिक संसाधने, पायाभूत सुविधा आणि कार्यक्षमतेमुळे प्रति युनिट सेवेचा खर्च कमी होतो, नफा वाढतो. हा किमतीचा फायदा सार्वत्रिक बँकांना ग्राहकांसाठी स्पर्धात्मक किंमती प्रदान करण्यास प्रोत्साहन देतो, ज्यामुळे वित्तीय उत्पादने आणि सेवांच्या विस्तृत श्रेणीसाठी सुलभता सुनिश्चित होते.

२) विविध महसूल प्रवाह :

व्यावसायिक बँकिंग, गुंतवणूक बँकिंग, विमा आणि मालमत्ता व्यवस्थापन यांचे एकत्रीकरण सार्वत्रिक बँकांसाठी महसूल प्रवाहात विविधता आणते. ही विविधता एकाच क्षेत्रावरील वित्तीय चढउतारांचा प्रभाव कमी करते तसेच वित्तीय बाजाराच्या विशिष्ट क्षेत्रांमध्ये मंदी असतानाही स्थिर उत्पन्न सुनिश्चित करते.

३) जोखीम विविधता आणि व्यवस्थापन :

सार्वत्रिक बँका विविध वित्तीय क्रियाकलापांमध्ये विविधीकरणाद्वारे जोखीम प्रभावीपणे व्यवस्थापित करतात. बाजाराच्या प्रतिकूल परिस्थितीत एका क्षेत्रातील संभाव्य तोटा इतर क्षेत्रातील नफ्याद्वारे भरून काढला जाऊ शकतो, ज्यामुळे एकूण वित्तीय स्थिरता वाढते. जोखीम पसरवण्याची क्षमता सार्वत्रिक बँकांच्या लवचिकतेमध्ये योगदान देते आणि प्रणालीगत धक्क्यांना त्यांची संवेदनशीलता कमी करते.

४) वर्धित ग्राहक सुविधा आणि विक्री संधी :

सार्वत्रिक बँकिंग एकाच ठिकाणी सर्वसमावेशक सेवा प्रदान करून ग्राहकांचे वित्तीय जीवन सुलभ करते. ग्राहक त्यांचे वित्तीय व्यवस्थापन सुव्यवस्थित करून पारंपारिक बँकिंग सेवा, गुंतवणुकीच्या संधी, विमा उत्पादने आणि इतर सुविधा मिळवू शकतात. विक्रीच्या संधी निर्माण होतात कारण या बँका वैयक्तिक गरजांसाठी अनुकूल सेवा देऊ शकतात, ग्राहक संबंध अधिक दृढ करतात आणि महसूल वाढवतात.

५) वित्तीय समावेशन आणि प्रवेश :

सार्वत्रिक बँका, त्यांच्या विस्तृत शाखा नेटवर्क आणि डिजिटल प्लॅटफॉर्मद्वारे सेवा नसलेल्या लोकांपर्यंत पोहोचून वित्तीय समावेशनास प्रोत्साहन देतात. त्या दुर्गम आणि ग्रामीण भागातील व्यक्ती व व्यवसायांना मूलभूत बँकिंग सेवा, विमा आणि गुंतवणुकीच्या संधी प्रदान करतात, आर्थिक वृद्धीस चालना देतात आणि असमानता कमी करतात.

६) व्यवसाय आणि कॉर्पोरेशनसाठी समर्थन :

सार्वत्रिक बँका व्यावसायिक बँकिंग सेवा, गुंतवणूक बँकिंग सोल्यूशन्स, व्यापार वित्तपुरवठा आणि सल्लागार सेवा प्रदान करून व्यवसायांच्या विविध वित्तीय गरजा पूर्ण करतात. हे सर्वसमावेशक समर्थन उद्योजकतेला चालना देते, कार्यक्षम भांडवल वाटप सक्षम करते आणि आर्थिक विस्तारास चालना देते.

७) नावीन्यपूर्णता आणि गुंतवणुकीच्या संधी :

एकात्मिक प्रारूप नावीन्यपूर्णतेला प्रोत्साहन देते कारण सार्वत्रिक बँका विकसनशील बाजारपेठेच्या मागन्या पूर्ण करण्यासाठी नवीन वित्तीय उत्पादने आणि सेवा विकसित करण्याचा प्रयत्न करतात. त्या अनेकदा नवीन वित्तीय साधने, गुंतवणुकीची साधने आणि तंत्रज्ञान, स्पर्धा वाढवणे आणि उद्योगातील तांत्रिक प्रगती यासाठी आद्य करतात.

८) जागतिक पोहोच आणि आंतरराष्ट्रीय व्यवहार :

सार्वत्रिक बँका त्यांच्या बहुराष्ट्रीय उपस्थितीद्वारे सीमापार व्यवहार आणि आंतरराष्ट्रीय व्यापार सुलभ करतात. त्या परकीय चलन व्यवहार, व्यापार वित्तपुरवठा आणि प्रातिनिधिक बँकिंग यासारख्या सेवा देतात. तसेच जागतिक आर्थिक एकात्मता आणि आर्थिक संवादात योगदान देतात.

९) भांडवलाचे कार्यक्षम वाटप :

सार्वत्रिक बँका आश्वासक वृद्धीच्या शक्यता असलेल्या क्षेत्रांना निधी निर्देशित करून भांडवलाचे कार्यक्षमतेने वाटप करण्यात भूमिका बजावतात. त्या आर्थिक विकास, रोजगार निर्मिती आणि तांत्रिक नवकल्पनांना चालना देणार्या प्रकल्पांमध्ये गुंतवणूक करण्यास मदत करतात.

१०) वित्तीय स्थिरता आणि पद्धतशीर महत्त्व :

सार्वत्रिक बँका त्यांच्या वैविध्यपूर्ण कामकाजामुळे, एकूणच वित्तीय स्थिरतेमध्ये योगदान देतात. एका क्षेत्रातील धक्के शोषून घेण्याची त्यांची क्षमता संपूर्ण वित्तीय व्यवस्थेवर होणारे प्रतिकूल प्रभाव रोखते, ज्यामुळे प्रणालीगत संकटांची शक्यता कमी होते.

११) पायाभूत सुविधा आणि विकास प्रकल्पांसाठी प्रोत्साहन :

सार्वत्रिक बँका अनेकदा प्रकल्प वित्तपुरवठ्यात गुंततात, मोठ्या प्रमाणात पायाभूत सुविधा प्रकल्पांना निधी देतात. त्यांच्या सहभागामुळे ऊर्जा, वाहतूक आणि दळणवळण नेटवर्क यासारख्या महत्त्वपूर्ण पायाभूत विकासाला आवश्यक वित्तीय सहाय्य मिळण्याची खात्री होते.

१२) सर्वसमावेशक वित्तीय सेवा :

सार्वत्रिक बँका सर्वसमावेशक सेवा प्रदान करतात जे जीवनातील विविध अवस्था आणि ग्राहकांच्या आर्थिक गरजा पूर्ण करतात. त्या व्यक्ती आणि कुटुंबांसाठी सर्वसमावेशक वित्तीय नियोजन सुनिश्चित करून सेवानिवृत्ती नियोजन, गुंतवणूक सल्ला, विमा संरक्षण आणि संपत्ती व्यवस्थापन सेवा पुरवितात.

१३) स्पर्धा आणि नवोपक्रम यास चालना :

वित्तीय क्षेत्रातील सार्वत्रिक बँकांची उपस्थिती निरोगी स्पर्धा वाढवते आणि नवोपक्रमाला चालना देते. त्या नवीन वित्तीय उत्पादने, तांत्रिक प्रगती आणि ग्राहक–केंद्रित सेवा सादर करतात, ज्या इतर संस्थांना जुळवून घेण्यास आणि संबंधित राहण्यासाठी नवकल्पना करण्यास भाग पाडतात.

१४) संसाधनांचा जास्तीत–जास्त वापर :

सार्वत्रिक बँका विविध वित्तीय क्षेत्रातील कौशल्ये एकत्रित करून त्यांच्या संसाधनांचा कार्यक्षमतेने वापर करतात. हा समन्वय त्यांना जटिल आर्थिक आव्हानांना तोंड देण्यास, अत्याधुनिक उपाय वितरीत करण्यास आणि बदलत्या बाजारातील गतिशीलतेला चोखपणे प्रतिसाद देण्यास सक्षम करतो.

१५) आर्थिक वृद्धीसाठी योगदान :

सार्वत्रिक बँका व्यवसायांना समर्थन देऊन, भांडवलाचा प्रवाह सुलभ करून, गुंतवणुकीला चालना देऊन आणि रोजगाराच्या संधी निर्माण करून आर्थिक वृद्धीसाठी महत्त्वपूर्ण योगदान देतात. त्यांच्या बहुआयामी सेवा वित्तीय क्रियाकलाप आणि विकासाला चालना देतात.

१६) गुंतवणूक बँकिंग सेवांमधील प्रवेशास चालना :

लघु आणि मध्यम आकाराचे उद्योगांना (SMEs) अनेकदा गुंतवणूक बँकिंग सेवांमध्ये प्रवेश नसतात. सार्वत्रिक बँका सल्लागार सेवा, भांडवल उभारणी आणि वित्तीय बाजारपेठेमध्ये प्रवेश देऊन, लघु आणि मध्यम आकाराचे उद्योगांना नवनिर्मिती करण्यास सक्षम करून हे अंतर भरून काढतात.

१७) प्रभावी संपत्ती व्यवस्थापन :

पोर्टफोलिओ वैविध्य, कर नियोजन आणि मालमत्ता व्यवस्थापन यांचा समावेश असलेल्या सार्वत्रिक बँकांच्या संपत्ती व्यवस्थापन सेवांचा सधन व्यक्तींना फायदा होतो. या सेवा वित्तीय परिणामांना अनुकूल बनवतात आणि जटिल वित्तीय परिस्थितींसाठी अनुकूल उपाय देतात.

१८) प्रगल्भ कॉर्पोरेट संबंध :

सार्वत्रिक बँका सर्वसमावेशक वित्तीय सेवा प्रदान करून कॉर्पोरेट ग्राहकांशी प्रगल्भ संबंध वाढवतात. हे दीर्घकालीन सहकार्य, वित्तीय सल्लागार आणि कॉर्पोरेशनच्या विकसित होत असलेल्या वित्तीय गरजा पूर्ण करणाऱ्या अनुकूल उपायांना सुलभ करते.

१९) सर्वसमावेशक नियामक संरचना :

नियामक अनेकदा सार्वत्रिक बँकांना त्यांच्या एकात्मिक स्वरूपामुळे सर्वसमावेशक नियामक संरचनेच्या अधीन करतात. याचा परिणाम जोखीम व्यवस्थापन पद्धती, पारदर्शकता आणि उत्तरदायित्व सुधारण्यास होतो, ज्यामुळे अधिक स्थिर आणि लवचिक वित्तीय प्रणालीमध्ये योगदान मिळते.

२०) धोरणात्मक युती आणि भागीदारी :

सार्वत्रिक बँका परस्पर फायदेशीर भागीदारी निर्माण करण्यासाठी त्यांच्या वैविध्यपूर्ण क्षमतांचा वापर करून इतर संस्थांसोबत धोरणात्मक युती करू शकतात. हे सहकार्य नावीन्य वाढवते, बाजारपेठेतील पोहोच वाढवते आणि ग्राहकांच्या सेवा सुधारतात.

२.२.२ सार्वत्रिक बँक व्यवसायाचे तोटे :

सार्वत्रिक बँक व्यवसायअनेक फायदे देत असताना, त्याचे काही तोटे देखील आहेत ज्यांचा काळजीपूर्वक विचार करणे आवश्यक आहे. सार्वत्रिक बँक व्यवसायाचे खालील तोटे आहेत :

१) हितसंबंधांचा संघर्ष :

सार्वत्रिक बँकिंगचा एक प्राथमिक तोटा म्हणजे हितसंबंधांच्या संघर्षाची शक्यता. जेव्हा एखादी संस्था एकाच छताखाली विविध वित्तीय क्रियाकलापांमध्ये गुंतलेली असते, तेव्हा वेगवेगळ्या व्यवसायांमध्ये संघर्ष उद्भवू शकतो. उदाहरणार्थ, गुंतवणूक बँकिंग विभागाला बँकेच्या इतर क्षेत्रांतील वित्तीय उत्पादनांची शिफारस करण्यास प्रवृत्त केले जाऊ शकते जे ग्राहकांच्या गरजांसाठी योग्य नसले तरीही जास्त शुल्क व्युत्पन्न करतात. या संघर्षांमुळे संस्थेची वस्तुनिष्ठता आणि नैतिक आचरणाशी तडजोड होऊ शकते, ग्राहकांचा विश्वास आणि वित्तीय सल्ल्याची अखंडता कमी होऊ शकते.

२) नियामक गुंतागुंत :

सार्वत्रिक बँकिंग विविध वित्तीय क्षेत्रांमध्ये गुंतल्यामुळे जटिल नियामक परिप्रेक्षामध्ये कार्य करते. विविध क्रियाकलापांसाठी नियामक आवश्यकता भिन्न असतात, ज्यामुळे सर्व क्षेत्रांमध्ये अनुपालन राखण्यात अडचणी येतात. नियामकांनी सर्वसमावेशक पर्यवेक्षण सुनिश्चित करणे आणि नवनिर्मितीला अडथळा आणणारे अतिनियमन टाळणे यामध्ये संतुलन राखणे आवश्यक आहे. सार्वत्रिक बँकांनी क्लिष्ट नियामक संरचना सुधारित केली पाहिजे, अनुपालनासाठी संसाधनांचे वाटप केले पाहिजे आणि अनेक अधिकारक्षेत्रांच्या नियमांमधील बदलांसाठी जागरुक राहिले पाहिजे.

३) पद्धतशीर धोका :

सार्वत्रिक बँकांच्या एकात्मिक स्वरूपामुळे प्रणालीगत जोखीम वाढू शकते. एखाद्या क्षेत्रात एखादी महत्त्वाची घटना घडल्यास, संस्थेच्या इतर क्षेत्रांवर त्याचा मोठा प्रभाव पडू शकतो, संभाव्यतः संपूर्ण वित्तीय प्रणाली अस्थिर होऊ शकते. मोठ्या सार्वत्रिक बँकेच्या पतनामुळे पारंपारिक बँकिंग आणि गुंतवणूक बँकिंग क्रियाकलाप दोन्ही प्रभावित होऊन बाजार, ग्राहक आणि प्रतिपक्षांना व्यत्यय आणणारे दूरगामी परिणाम निर्माण होऊ शकतात.

४) नैपुण्य आणि कौशल्य देखभाल :

वैविध्यपूर्ण वित्तीय क्षेत्रांमध्ये कौशल्य राखणे हे सार्वत्रिक बँकांसमोर एक आव्हान आहे. विविध क्षेत्रांना वेगळे कौशल्य संच आवश्यक आहेत आणि कर्मचारी सर्व क्षेत्रांमध्ये निपुण आहेत याची खात्री करणे आवश्यक असते.

हे आव्हान व्यावसायिक बँकिंग, गुंतवणूक बँकिंग, विमा आणि मालमत्ता व्यवस्थापनात कौशल्य असलेल्या भर्ती, प्रशिक्षण आणि प्रतिभा टिकवून ठेवण्यापर्यंत आहे. उच्च पातळीचे कौशल्य राखण्यात अयशस्वी झाल्यामुळे सर्वोत्कृष्ट निर्णयक्षमता, ग्राहकांचे समाधान कमी होऊ शकते आणि जोखीम वाढू शकतात.

५) कॉर्पोरेट गव्हर्नन्सच्या समस्या :

सार्वत्रिक बँकांना त्यांच्या एकात्मिक प्रारूपामुळे कॉर्पोरेट गव्हर्नन्सच्या आव्हानांचा सामना करावा लागतो. हितसंबंधांचे संघर्ष व्यवस्थापित करणे, नैतिक मार्गदर्शक तत्त्वांसह व्यवसाय पद्धती संरेखित करणे आणि विविध व्यवसायांवर जबाबदारी सुनिश्चित करणे जटिल असू शकते. प्रभावी कॉर्पोरेट गव्हर्नन्स शक्तीचे अवाजवी केंद्रीकरण रोखण्यासाठी, पारदर्शकता राखण्यासाठी आणि भागधारकांचे, ग्राहकांचे तसेच व्यापक वित्तीय व्यवस्थेचे सर्वोत्तम हित जपण्यासाठी महत्त्वपूर्ण बनते.

६) कार्यात्मक गुंतागुंत :

सार्वत्रिक बँकांद्वारे प्रदान केलेल्या सेवांच्या विस्तारामुळे कार्यात्मक गुंतागुंत निर्माण होते. एकाधिक व्यवसायांवर कार्यपद्धतीचा समन्वय साधणे, विविध तंत्रज्ञान प्रणाली व्यवस्थापित करणे आणि विविध संस्थात्मक संरचना एकत्रित करणे आव्हानात्मक असू शकते. ही जटिलता प्रतिसादात अडथळा आणू शकते, ज्यामुळे सार्वत्रिक बँकांना बाजारातील बदलत्या परिस्थितीशी झटपट जुळवून घेणे किंवा उदयोन्मुख संधी मिळवणे कठीण होते.

७) आकार आणि पद्धतशीर महत्त्व :

मोठ्या सार्वत्रिक बँका अयशस्वी होण्यासाठी देखील खूप मोठ्या असू शकतात, जर त्यांना वित्तीय आरिष्टांचा सामना करावा लागला तर त्या प्रणालीगत जोखीम निर्माण करू शकतात. व्यापक अर्थव्यवस्थेवर होणारे प्रतिकूल परिणाम टाळण्यासाठी सरकार आणि नियामकांना या संस्थांना जामीन देणे भाग पडू शकते. ही घटना बाजाराची शिस्त, नैतिकता आणि निष्पक्षता कमी करते, कारण लहान संस्थांना समान पातळीचे समर्थन मिळत नाही.

८) मर्यादित विशेषीकरण :

सार्वत्रिक बँका त्यांची संसाधने आणि कौशल्ये विविध वित्तीय सेवांमध्ये पसरवू शकतात, ज्यामुळे कोणत्याही एका क्षेत्रात मर्यादित विशेषीकरण होऊ शकते. यामुळे एका क्षेत्रावर विशेष लक्ष केंद्रित करणाऱ्या विशेष संस्थांच्या तुलनेत इतरांची स्पर्धात्मकता कमी होऊ शकते. विशेष सेवा शोधणारे ग्राहक सार्वत्रिक बँकांऐवजी विशिष्ट संस्थांची निवड करू शकतात.

९) नियामक वर्चस्व :

सार्वत्रिक बँकांच्या व्यापक कामकाजामुळे त्यांचा नियामक संस्थांवर अवाजवी प्रभाव पडू शकतो. यामुळे नियामक वर्चस्व निर्माण होऊ शकते, जेथे संस्था त्यांच्या फायद्यासाठी नियमांना आकार देण्यासाठी स्वतःचा प्रभाव वापरतात. ही परिस्थिती निष्पक्ष स्पर्धा कमी करते, वित्तीय व्यवस्थेवरील विश्वास कमी करते आणि नियामक अपयशास कारणीभूत ठरू शकते जे लहान प्रतिस्पर्ध्यांपेक्षा मोठ्या संस्थांना अनुकूल ठरते.

१०) ग्राहक-केंद्रित दृष्टीकोनाचा अभाव :

सार्वत्रिक बँकिंग पर्यपद्धतीची पूर्ण व्याप्ती त्यांचा ग्राहक-केंद्रित दृष्टीकोन कमी करू शकते. ग्राहकांना सर्वसमावेशक सेवांचा फायदा होत असताना लहान, विशिष्ट संस्थांकडून त्यांना मिळणारे वैयक्तिक प्राधान्य आणि विशेष सेवा यांच्याशी तडजोड केली जाऊ शकते. सार्वत्रिक बँका समान पातळीवरील लक्ष आणि विशिष्ट संस्था प्रदान करू शकतील असे अनुकूल समाधान प्रदान करण्यासाठी संघर्ष करू शकतात.

११) जोखीम एकाग्रता :

सार्वत्रिक बँका विविध क्षेत्रांमध्ये जोखीम वाढवतात, परंतु बाजारातील कल किंवा गुंतवणूक धोरणांमुळे त्या अनावधानाने काही क्षेत्रांमध्ये जोखीम केंद्रित करू शकतात. उदाहरणार्थ, मंदीचा अनुभव घेणार्या एका विशिष्ट क्षेत्रात मोठ्या प्रमाणावर गुंतवणूक केलेल्या सार्वत्रिक बँकेला इतर क्षेत्रांतील नफ्याची भरपाई करताना लक्षणीय नुकसान होऊ शकते.

१२) काही क्षेत्रांमध्ये नावीन्यपूर्णतेचा अभाव :

सार्वत्रिक बँका कमी किफायतशीर क्षेत्रात नाविन्याकडे दुर्लक्ष करून अधिक फायदेशीर क्षेत्रात नाविन्यपूर्णतेला प्राधान्य देऊ शकतात. हे असंतुलन पारंपारिक बँकिंग सेवांसारख्या क्षेत्रातील नाविन्यपूर्ण उपायांच्या विकासात अडथळा आणू शकते, ज्यामुळे ग्राहकांचा अनुभव आणि कार्यपद्धतीची कार्यक्षमता सुधारण्याच्या संधी गमावल्या जाऊ शकतात.

१३) बाजारातील विकृती :

सार्वत्रिक बँकांच्या बाजारातील लक्षणीय उपस्थितीमुळे विशिष्ट क्षेत्रातील स्पर्धा विकृत होऊ शकते. सार्वत्रिक बँकांची अफाट संसाधने आणि सेवा यांच्याशी स्पर्धा करण्यासाठी लहान, विशेष संस्थांना संघर्ष करावा लागू शकतो. यामुळे वित्तीय सेवा प्रदात्यांच्या विविधतेवर मर्यादा येऊ शकतात आणि ग्राहकांची निवड कमी होऊ शकते.

१४) गुंतागुंतीची संघटनात्मक रचना :

सार्वत्रिक बँकेमध्ये विविध वित्तीय सेवांचे एकत्रीकरण ही एक गुंतागुंतीची संस्थात्मक रचना होऊ शकते. अनेक विभाग, व्यवसाय केंद्रे आणि उत्पादन घटकांचा परिणाम होऊन नोकरशाही, संप्रेषण आव्हाने आणि निर्णय घेण्यात अडथळे निर्माण होऊ शकतात जे तत्परता आणि प्रतिसादात अडथळा आणतात.

१५) संसाधनांचे अकार्यक्षम वाटप :

सार्वत्रिक बँका इतरांच्या खर्चावर अधिक फायदेशीर क्षेत्रांना अनुकूल बनवून, विविध व्यवसाय मार्गांवर अकार्यक्षमतेने संसाधनांचे वाटप करू शकतात. हे वाटप ग्राहकांच्या गरजा किंवा बाजाराच्या मागणीशी जुळणारे नसते, परिणामी संसाधनांचा कमी वापर होतो आणि वृद्धीच्या संधी गमावल्या जातात.

७२२.३ युनिव्हर्सल बँकांना भेडसावणाऱ्या समस्या :

सार्वत्रिक बँका त्यांच्या एकात्मिक प्रारूपाद्वारे वित्तीय सेवांची विस्तृत श्रेणी प्रदान करत असतांना त्यांना विविध आव्हानांचा सामना करावा लागतो. याचा त्यांचे कार्य, ग्राहक संबंध, नियामक अनुपालन आणि एकूण व्यवसाय कामगिरीवर परिणाम होऊ शकतो. ही आव्हाने एका संस्थात्मक छत्राखाली विविध वित्तीय क्रियाकलापांचे व्यवस्थापन करण्यात अंतर्निहित गुंतागुंत दर्शवतात. सार्वत्रिक बँकांना भेडसावणाऱ्या काही प्रमुख समस्या खालीलप्रमाणे आहेत:

१) हितसंबंधांचा संघर्ष :

सार्वत्रिक बँकांना विविध वित्तीय क्षेत्रांमध्ये त्यांच्या सहभागामुळे अनेकदा हितसंबंधांचा सामना करावा लागतो. नैतिक आचरण राखून विविध सेवांमध्ये ग्राहकांच्या हितसंबंधांमध्ये संतुलन राखणे आव्हानात्मक अनू शकते. उदाहरणार्थ, गुंतवणूक बँकिंग विभाग बँकेच्या इतर विभागातील उत्पादनांची शिफारस करू शकतो जे ग्राहकांच्या गरजांसाठी योग्य नसते आणि जास्त शुल्क व्युत्पन्न करतात. यामुळे ग्राहकांचा विश्वास कमी होऊ शकतो आणि वित्तीय सल्ल्याची अखंडता कमी होऊ शकते.

२) नियामक जटिलता :

सार्वत्रिक बँका विविध वित्तीय क्रियाकलापांमध्ये गुंतल्यामुळे जटिल नियामक वातावरणात कार्य करतात. विविध नियामक फ्रेमवर्क, अहवाल आवश्यकता आणि जोखीम व्यवस्थापन मानकांचे पालन करणे कठीण असू शकते. बदलत्या नियमांशी जुळवून घेणे आणि सर्व क्षेत्रांमध्ये सातत्यपूर्ण अनुपालन सुनिश्चित करणे हे एक महत्त्वाचे आव्हान आहे ज्यासाठी समर्पित संसाधने आणि कौशल्य आवश्यक आहे.

३) जोखीम व्यवस्थापन :

विविध व्यवसाय मार्गांवर प्रभावीपणे जोखीम व्यवस्थापित करणे जटिल असू शकते. युनिव्हर्सल बँकांना क्रेडिट रिस्क, मार्केट रिस्क, ऑपरेशनल रिस्क आणि नियामक जोखीम यासह विविध वित्तीय सेवांशी संबंधित जोखीम ओळखणे, मूल्यांकन करणे आणि कमी करणे आवश्यक आहे. स्थिरता राखण्यासाठी विविध क्रियाकलापांच्या परस्परसंबंधाचा विचार करणारा सर्वसमावेशक जोखीम व्यवस्थापन दृष्टीकोन सुनिश्चित करणे आवश्यक आहे.

४) सायबर सुरक्षा धोके :

वित्तीय सेवांच्या वाढत्या डिजिटायझेशनमुळे, सार्वत्रिक बँका सायबर हल्ल्यांपासून असुरक्षित आहेत. या हल्ल्यांमुळे माहितीचे उल्लंघन, वित्तीय नुकसान आणि त्यांच्या प्रतिष्ठेचे नुकसान होऊ शकते. तंत्रज्ञान जसजसे प्रगत होत जाते, तसतसे सायबर गुन्हेगारांच्या डावपेचांचा विकास होतो, ज्यामुळे सायबरसुरक्षेच्या बाबतीत सतत पुढे राहणे हे आव्हान बनते.

५) तांत्रिक व्यत्यय :

फिनटेक कंपन्या आणि डिजिटल अडथळे वित्तीय सेवा उद्योगाला आकार देत आहेत. सार्वत्रिक बँकांनी या बदलांशी जुळवून घेतले पाहिजे आणि स्पर्धात्मक राहण्यासाठी तंत्रज्ञानाचा त्यांच्या कामकाजात समावेश केला पाहिजे. ब्लॉकचेन, आर्टिफिशियल इंटेलिजन्स आणि मशीन लर्निंग यासारख्या नाविन्यपूर्ण तंत्रज्ञानाचा अवलंब पारंपारिक बँकांसाठी संधी आणि आव्हाने दोन्ही निर्माण करते.

६) ग्राहकांच्या अपेक्षा :

बँकिंग सेवांच्या सोयी, गती आणि वैयक्तिकरणाच्या बाबतीत आज ग्राहकांना जास्त अपेक्षा आहेत. सार्वत्रिक बँकांनी ग्राहकांना टिकवून ठेवण्यासाठी आणि आकर्षित करण्यासाठी डिजिटल सेवांमध्ये गुंतवणूक करणे आणि त्यांचा ग्राहक अनुभव वाढवणे आवश्यक आहे. माहिती सुरक्षितता आणि गोपनीयतेची खात्री करताना या विकसित होणाऱ्या अपेक्षांची पूर्तता करणे ही एक जटिल संतुलन प्रक्रिया आहे.

७) कमी व्याजदर :

सार्वत्रिक बँका व्याजदराच्या प्रसारावर अवलंबून असतात. त्या ठेवींसाठी किती व्याज देतात आणि कर्ज व गुंतवणुकीतून किती लाभ कमवतात यातील फरक नफा ठरवतो. सतत कमी व्याजदर जसे की २००८ च्या वित्तीय अरिष्टानंतरची परिस्थिती, त्यांचे मार्जिन आणि नफा कमी करू शकतात. यामुळे परतावा राखण्यासाठी उच्च-उत्पन्न, जोखमीच्या गुंतवणुकीचा शोध होऊ शकतो, संभाव्यतः जोखीम वाढू शकते.

८) स्पर्धा :

फिनटेक कंपन्या आणि पीअर-टू-पीअर कर्ज यंत्रणा सारख्या अपारंपरिक स्पर्धकांच्या उदयामुळे बँकिंग क्षेत्रातील स्पर्धा तीव्र झाली आहे. हे नवीन प्रवेशकर्ते अनेकदा नाविन्यपूर्ण आणि किफायतशीर सेवा देतात ज्यातून सार्वत्रिक बँकांच्या प्रस्थापित व्यवसाय प्रारूपास आव्हान निर्माण होते. या स्पर्धेत टिकून राहण्यासाठी आणि तिचा प्रभावीपणे सामना करण्यासाठी तत्परता आणि नाविन्य आवश्यक असते.

९) जागतिक आर्थिक अनिश्चितता :

सार्वत्रिक बँका देशांतर्गत आणि आंतरराष्ट्रीय स्तरावर आर्थिक चढ-उतारांना सामोरे जातात. आर्थिक मंदी, राजकीय अस्थिरता आणि व्यापारातील तणाव यासारख्या जागतिक घटनांचा त्यांच्या कामकाजावर आणि वित्तीय कामगिरीवर परिणाम होऊ शकतो. या अनिश्चिततेला सामोरे जाणे आणि त्यानुसार धोरणे समायोजित करणे हे सतत आव्हान आहे.

१०) शाश्वतता आणि ईएसजी (पर्यावरण, सामाजिक आणि शासन) समस्या :

वित्तीय क्षेत्रातील शाश्वतता आणि ईएसजी समस्यांवर वाढता भर दिला जात आहे. सार्वत्रिक बँकांकडून कर्ज देण्याच्या पद्धतींपासून ते गुंतवणूक पोर्टफोलिओपर्यंत या घटकांचा त्यांच्या निर्णय प्रक्रियेत समावेश करणे अपेक्षित आहे. नैतिक आणि शाश्वत पद्धतींसह वित्तीय परतावा संतुलित करणे जटिल असू शकते.

११) पारंपरिक प्रणाली आणि पायाभूत सुविधा :

बऱ्याच सार्वत्रिक बँकांकडे वारसा असलेल्या पारंपरिक प्रणाली आणि पायाभूत सुविधा आहेत ज्या कालबाह्य आणि अलवचिक असतात. या प्रणाली आधुनिक तंत्रज्ञानाचा अवलंब करण्यात अडथळा आणू शकतात आणि नवीन सेवांच्या वितरणाची गती कमी करतात. या प्रणालींचे अद्ययावतीकरण किंवा पुनर्स्थित करण्याची किंमत आणि जटिलता ही महत्त्वपूर्ण आव्हाने आहेत.

१२) भू-राजकीय जोखीम :

देशांमधील राजकीय तणाव आणि संघर्ष जागतिक अर्थव्यवस्था आणि वित्तीय बाजारांवर परिणाम करू शकतात. आंतरराष्ट्रीय कार्यक्षेत्र असलेल्या सार्वत्रिक बँकांना भू-राजकीय जोखमींचा सामना करावा लागतो ज्यामुळे त्यांच्या कामकाजात व्यत्यय येऊ शकतो.

१३) अनुपालन खर्च :

नियामक आवश्यकतांची पूर्तता करणे आणि अँटी-मनी लाँडरिंग (AML) आणि KYC प्रक्रियांचे पालन सुनिश्चित करणे महाग आणि वेळखाऊ असू शकते. सार्वत्रिक बँकांना कर्मचारी आणि तंत्रज्ञानासह अनुपालन प्रयत्नांसाठी महत्त्वपूर्ण संसाधने वाटप करणे आवश्यक आहे.

१४) बाजारातील अस्थिरता :

वित्तीय बाजारपेठा अत्यंत अस्थिर असतात, ज्यामुळे सार्वत्रिक बँकांच्या मालमत्तेच्या मूल्यावर परिणाम होतो. बाजारातील अचानक आणि अप्रत्याशित हालचालींमुळे जोखीम व्यवस्थापित करण्यात महत्त्वपूर्ण नुकसान आणि आव्हाने निर्माण होऊ शकतात.

☙२.४ भारतातील सार्वत्रिक बँक व्यवसायातील सद्यकालीन प्रवाह :

भारतातील सार्वत्रिक बँकिंगमधील सद्यकालीन प्रवाह तांत्रिक प्रगती, नियामक बदल, ग्राहकांची प्राधान्ये आणि जागतिक वित्तीय बदल यांद्वारे कार्यरत असलेल्या वित्तीय क्षेत्राची गतिशील उत्क्रांती प्रतिबिंबित करतात. सार्वत्रिक बँका, ज्या एका संस्थात्मक छत्राखाली विविध प्रकारच्या वित्तीय सेवा देतात, त्यांनी ग्राहकांचे अनुभव वाढवण्यासाठी, पर्यपद्धतीविषयक कार्यक्षमता सुधारण्यासाठी, जोखीम व्यवस्थापित करण्यासाठी आणि स्पर्धात्मक राहण्यासाठी या प्रवाहांशी जुळवून घेतले आहे. भारतातील सार्वत्रिक बँकिंगमधील सद्यकालीन प्रवाह खालीलप्रमाणे आहेत :

१) डिजिटल परिवर्तन आणि फिनटेक एकीकरण :

भारतातील सार्वत्रिक बँकांनी एक प्रमुख प्रवाह म्हणून डिजिटल परिवर्तनाचा स्वीकार केला आहे. जलद तंत्रज्ञानाचा अवलंब, ग्राहकांच्या बदलत्या अपेक्षा, सक्षम डिजिटल प्लॅटफॉर्म, मोबाइल बँकिंग ॲप्स आणि ऑनलाइन सेवांचा विकास झाला आहे. डिजिटल पेमेंट्स, रोबो-सल्लागार आणि ब्लॉकचेन तंत्रज्ञान यासारख्या फिनटेक सोल्यूशन्सच्या एकत्रीकरणामुळे ग्राहकांसाठीच्या सोयी वाढल्या आहेत, कार्यक्षम व्यवहार सक्षम झाले आहेत तसेच दुर्गम आणि कमी सेवा असलेल्या भागात वित्तीय सेवांमध्ये सुधारित प्रवेश निर्माण झाला आहे.

२) वैयक्तिकरण आणि ग्राहक-केंद्रित दृष्टीकोन :

सद्यकालीन प्रवाह सार्वत्रिक बँकिंगमध्ये ग्राहक-केंद्रित दृष्टिकोनावर भर देतात. वैयक्तिक ग्राहक प्राधान्ये आणि वर्तणूक समजून घेण्यासाठी बँका माहिती विश्लेषण आणि कृत्रिम बुद्धिमत्तेवर आधारित अंतर्दृष्टीचा फायदा घेतात. हा माहिती-आधारित दृष्टीकोन बँकांना वैयक्तिकृत वित्तीय सेवा, अनुकूल सल्ला आणि लक्ष्यित उत्पादने प्रदान करण्यास सक्षम करते, ग्राहक प्रतिबद्धता आणि निष्ठा वाढवते.

३) खुला बँक व्यवसाय आणि सहयोग :

सार्वत्रिक बँका आणि फिनटेक कंपन्या यांच्यातील सहकार्याला प्रोत्साहन देत खुल्या बँकिंग उपक्रमांना भारतात चालना मिळत आहे. ॲप्लिकेशन प्रोग्रामिंग इंटरफेस तृतीय-पक्ष विकासकांना माहितीमध्ये सुरक्षितपणे प्रवेश करण्यास आणि नाविन्यपूर्ण वित्तीय उत्पादने आणि सेवा विकसित करण्यास अनुमती देतात. हा प्रवाह नावीन्यपूर्णतेला प्रोत्साहन देतो, सेवा पुरवठ्याचा विस्तार करतो आणि अधिक स्पर्धात्मक परिदृश्य तयार करतो.

४) संपत्ती व्यवस्थापन आणि गुंतवणूक सल्लागार सेवा :

सार्वत्रिक बँका सर्वसमावेशक संपत्ती व्यवस्थापन आणि गुंतवणूक सल्लागार सेवा प्रदान करण्यावर अधिकाधिक भर देत आहेत. ग्राहक त्यांचे वित्तीय पोर्टफोलिओ पर्याप्त करण्यासाठी मार्गदर्शन घेतात, बँका विविध संपत्ती व्यवस्थापन गरजा पूर्ण करण्यासाठी अत्याधुनिक गुंतवणूक धोरणे, पोर्टफोलिओ विविधता आणि सेवानिवृत्ती नियोजन सेवा प्रदान करतात.

५) नियामक बदल आणि प्रशासन सुधारणा :

भारतातील अलीकडील नियामक बदलांमुळे सार्वत्रिक बँकांच्या कामकाजावर परिणाम झाला आहे. नियामक अधिकारी प्रशासकीय चौकट मजबूत करत आहेत, पारदर्शकता वाढवत आहेत आणि एकात्मिक संस्थांमधील हितसंबंधांचे संघर्ष व्यवस्थापित करण्यासाठी उपाययोजना प्रस्थापित करत आहेत. सार्वत्रिक बँका अंतर्गत नियंत्रणे, नैतिक आचरण आणि जोखीम व्यवस्थापन पद्धती सुधारून या बदलांशी जुळवून घेत आहेत.

६) जोखीम व्यवस्थापन आणि अनुपालन :

सार्वत्रिक बँका विकसित जोखीम व्यवस्थापन तंत्रज्ञान आणि पद्धतींमध्ये गुंतवणूक करत आहेत. विविध वित्तीय क्रियाकलापांच्या एकत्रीकरणासाठी बँकांनी अत्याधुनिक जोखीम मूल्यमापन प्रारूप, तणाव चाचणी आणि परिस्थिती विश्लेषणाचा अवलंब करणे आवश्यक आहे जेणेकरून सर्व क्षेत्रांमध्ये प्रभावी जोखीम व्यवस्थापन सुनिश्चित होईल.

७) शाश्वत बँकिंग आणि पर्यावरण, सामाजिक आणि प्रशासन (ESG) एकत्रीकरण :

मागील काही वर्षांत पर्यावरण, सामाजिक आणि प्रशासन (ESG) विचारांना महत्त्व प्राप्त झाले आहे. सार्वत्रिक बँका त्यांचे कार्य शाश्वत पद्धतींद्वारे संरेखित करत आहेत, ESG-अनुरूप वित्तीय उत्पादने प्रदान करत आहेत आणि जबाबदार गुंतवणूक धोरणे एकत्रित करत आहेत. हा कल वित्तीय क्रियाकलापांच्या सामाजिक आणि पर्यावरणीय प्रभावाविषयी वाढती जागरूकता प्रतिबिंबित करतो.

८) देयके आणि वित्तीय समावेशनात नावीन्य :

भारतातील डिजिटल पेमेंट क्रांतीची पूर्तता करण्यासाठी सार्वत्रिक बँका देयक प्रणालीमध्ये नावीन्य आणत आहेत. त्या देयके एकीकरण, फिनटेक कंपन्या आणि सरकारी उपक्रमांसोबत सहकार्य करत आहेत जे अखंड आणि सुरक्षित डिजिटल देयक सुविधा प्रदान करत आहेत जे वित्तीय समावेशना प्रोत्साहन देताना ग्राहकांच्या विविध गरजा पूर्ण करतात.

९) सायबरसुरक्षा आणि माहितीची गोपनीयता :

डिजिटल बँकिंगला महत्त्व प्राप्त होत असताना, सार्वत्रिक बँका ग्राहकांच्या माहितीचे आणि वित्तीय व्यवहारांचे संरक्षण करण्यासाठी सायबर सुरक्षा उपायांमध्ये वाढ करत आहेत. यात डिजिटल बँकिंग कार्यपद्धतीची अखंडता सुनिश्चित करण्यासाठी प्रगत सुरक्षित तंत्र, बायोमेट्रिक प्रमाणीकरण आणि कृत्रिम बुद्धिमत्तेवर आधारित फसवणूक शोध प्रणालीचा अवलंब करणे समाविष्ट आहे.

१०) डिजिटल कर्जाचा विस्तार :

सार्वत्रिक बँकिंगमध्ये डिजिटल कर्ज देणारे प्लॅटफॉर्म एक महत्त्वपूर्ण प्रवाह म्हणून उदयास आले आहेत. हे प्लॅटफॉर्म पत पात्रतेचे त्वरीत मूल्यांकन करण्यासाठी आणि व्यक्ती व व्यवसायांना त्वरित कर्ज देण्यासाठी तंत्रज्ञानाचा लाभ घेतात. ही प्रक्रिया वित्तीय प्रवेश वाढवते, कर्ज सुलभ करते आणि कागदपत्रांचे ओझे कमी करते.

११) दूरस्थ बँकिंग आणि व्हिडिओ नो युवर कस्टमर (KYC) :

कोविड-१९ महामारीने दूरस्थ बँकिंग सेवा आणि व्हिडिओ-आधारित नो युवर कस्टमर (KYC) प्रक्रियांचा अवलंब करण्यास गती दिली. सार्वत्रिक बँकांनी ग्राहकांना दूरस्थपणे व्हिडिओ KYC समाकलित केले. ग्राहकांना सुरक्षित आणि कार्यक्षम बँकिंग अनुभव प्रदान करताना नियामक नियमांचे पालन सुनिश्चित केले.

१२) सूक्ष्म, लघु आणि मध्यम उद्योगांवर भर (MSMEs) :

सार्वत्रिक बँका भारताच्या अर्थव्यवस्थेत महत्त्वाची भूमिका बजावणाऱ्या सूक्ष्म, लघु आणि मध्यम उद्योग क्षेत्राला सेवा देण्यावर अधिकाधिक भर देत आहेत. सूक्ष्म, लघु आणि मध्यम उद्योगांच्या वृद्धीस, उद्योजकतेस चालना देण्यासाठी आणि आर्थिक विकासाला चालना देण्यासाठी अनुकूल वित्तीय उत्पादने, डिजिटल कर्ज समाधान, व्यापार वित्तपुरवठा आणि व्यवसाय सल्लागार सेवा प्रदान केल्या जात आहेत.

१०) कॉर्पोरेट गव्हर्नन्स आणि नैतिकता यास चालना :

सार्वत्रिक बँका त्यांच्या एकात्मिक प्रारूपामधून उद्भवणाऱ्या संभाव्य हितसंबंधांना तोंड देण्यासाठी कॉर्पोरेट गव्हर्नन्स आणि नैतिक आचरणावर अधिक भर देत आहेत. त्या अंतर्गत नियंत्रणे वाढवत आहेत, स्पष्ट उत्तरदायित्व संरचना आणत आहेत आणि पारदर्शकता व नैतिक वर्तन सुनिश्चित करण्यासाठी जोखीम समित्यांची अंमलबजावणी करत आहेत.

१४) जागतिक विस्तार आणि सीमापार व्यवहार :

काही भारतीय सार्वत्रिक बँका आंतरराष्ट्रीय बाजारपेठांमध्ये प्रवेश करणे आणि बहुराष्ट्रीय कंपन्यांच्या गरजा पूर्ण करण्याच्या उद्देशाने सीमापार व्यवहारांद्वारे जागतिक विस्ताराचा शोध घेत आहेत. हा प्रवाह बँकांना सीमापार व्यापार आणि गुंतवणुकीत कार्यरत असणाऱ्या व्यवसायांसाठी सर्वसमावेशक सेवा प्रदान करण्यास सक्षम करतो.

१५) ग्राहक माहितीचे ठोस संरक्षण :

बँकिंग करुपद्धतींचे वाढते डिजिटायझेशन पाहता, सार्वत्रिक बँका ग्राहक माहितीचे ठोस संरक्षण उपायांमध्ये गुंतवणूक करत आहेत. सायबर धोके आणि अनधिकृत प्रवेशापासून संवेदनशील ग्राहक माहितीचे रक्षण करण्यासाठी ते सुरक्षित, सुरक्षित क्लाउड स्टोरेज आणि माहिती प्रवेश नियंत्रणाचा अवलंब करत आहेत.

१६) आंतरराष्ट्रीय मानकांचे पालन :

भारत आंतरराष्ट्रीय वित्तीय मानकांशी संलग्न होत असताना, सार्वत्रिक बँका अशा पद्धती अवलंबत आहेत ज्या जोखीम व्यवस्थापन, ग्राहक संरक्षण, अँटी-मनी लाँडरिंग (AML), आणि दहशतवादविरोधी वित्तपुरवठा (CTF) उपायांमध्ये जागतिक सर्वोत्तम पद्धतींशी संलग्न आहेत. ही संलग्नता जागतिक वित्तीय परिदृश्यात भारताचे स्थान उंचावते.

१७) वित्तीय शिक्षण आणि साक्षरत्यावर भर :

सार्वत्रिक बँका वित्तीय शिक्षण आणि साक्षरता उपक्रमांवर भर देत आहेत. त्या ग्राहकांना वित्तीय उत्पादने, गुंतवणूक आणि पैशांच्या व्यवस्थापनाची समज वाढवण्यासाठी कार्यक्रम शिक्षण प्रक्रिया सुरू करत आहेत, ज्यामुळे वित्तीय निर्णय घेण्यास मदत होते.

बहुविकल्पी प्रश्न

१) सार्वत्रिक बँका एकाच संस्थेच्या अंतर्गत वित्तीय सेवांची श्रेणी एकत्रित करून ---------- पद्धतींचे पालन करतात.

अ) वित्तीय व्यवस्थापन
ब) सार्वत्रिक बँकिंग
क) सांस्कृतिक एकात्मता
ड) भाषिक विविधता

२) एक सामान्य पद्धत ---------- आहे, जिथे ग्राहक एकाच ठिकाणाद्वारे विविध वित्तीय उत्पादने आणि सेवांमध्ये प्रवेश करू शकतात.

अ) गुणवत्ता नियंत्रण
ब) सार्वत्रिक बँकिंग
क) यादी व्यवस्थापन
ड) कलात्मक अभिव्यक्ती

३) सार्वत्रिक बँका विविध स्तरावरील ग्राहकांना आणि वित्तीय गरजा पूर्ण करण्यासाठी ---------- खाती देऊ शकतात.

अ) वित्तीय विश्लेषण
ब) सानुकूलित
क) पुरवठा साखळी व्यवस्थापन
ड) भाषिक विविधता

४) ---------- च्या सरावामध्ये विद्यमान ग्राहकांना कर्ज, विमा आणि गुंतवणूक यासारख्या विक्री उत्पादनांचा समावेश आहे.

अ) गुणवत्ता नियंत्रण
ब) सार्वत्रिक बँकिंग
क) वित्तीय विश्लेषण
ड) सांस्कृतिक एकात्मता

५) ---------- ही एक अशी रणनीती आहे जिथे सार्वत्रिक बँका त्यांच्या डिजिटल सेवा वाढवण्यासाठी फिनटेक कंपन्यांशी सहयोग करतात.

अ) पुरवठा साखळी व्यवस्थापन
ब) फिनटेक एकीकरण
क) भाषिक विविधता
ड) गुणवत्ता नियंत्रण

६) सार्वत्रिक बँका ग्राहकांना सल्लागार सेवा प्रदान करून ---------- मध्ये गुंततात.

अ) सांस्कृतिक एकात्मता
ब) वित्तीय सल्लागार
क) भाषिक विविधता
ड) यादी व्यवस्थापन

७) सार्वत्रिक बँकिंगचा एक ---------- म्हणजे ग्राहकांच्या विविध गरजा पूर्ण करून विविध वित्तीय सेवा देण्याची क्षमता.

अ) वित्तीय व्यवस्थापन
ब) फायदा
क) सांस्कृतिक एकात्मता
ड) भाषिक विविधता

८) सार्वत्रिक बँका विद्यमान ग्राहकांना उत्पादनाची विक्री करून, महसूल प्रवाह वाढवून ---------- साध्य करू शकतात.

अ) गुणवत्ता नियंत्रण	ब) व्याप्तीची अर्थव्यवस्था

क) यादी व्यवस्थापन	ड) कलात्मक अभिव्यक्ती

९) विविध वित्तीय सेवांच्या एकत्रीकरणामुळे ---------- ग्राहक संबंध आणि निष्ठा निर्माण होऊ शकते.

अ) आर्थिक विश्लेषण	ब) सक्षम

क) पुरवठा साखळी व्यवस्थापन	ड) भाषिक विविधता

११) सार्वत्रिक बँकिंगची एक ---------- म्हणजे सेवांच्या विस्तृत श्रेणीमुळे स्वारस्यांचा संघर्ष होण्याची शक्यता आहे.

अ) गुणवत्ता नियंत्रण	ब) तोटा

क) आर्थिक विश्लेषण	ड) सांस्कृतिक एकात्मता

११) सार्वत्रिक बँकांना ---------- विविधीकरणाचा फायदा होऊ शकतो, वैयक्तिक बाजारातील चढउतारांशी संबंधित जोखीम कमी होते.

अ) यादी व्यवस्थापन	ब) जोखीम	क) भाषिक विविधता ड) गुणवत्ता नियंत्रण

१२) सार्वत्रिक बँकिंगचा ---------- म्हणजे विविध कार्यपद्धती आणि नियामक आव्हाने व्यवस्थापित करण्याची जटिलता.

अ) सांस्कृतिक एकात्मता	ब) तोटा

क) भाषिक विविधता	ड) यादी व्यवस्थापन

१३) सार्वत्रिक बँकांना विविध व्यवसाय विभागांमधील ---------- चे व्यवस्थापन करताना अनेकदा आव्हानांना सामोरे जावे लागते, ज्यामुळे संभाव्यत: हितसंबंधांचा संघर्ष होतो.

अ) आर्थिक व्यवस्थापन	ब) समन्वय

क) सांस्कृतिक एकात्मता	ड) भाषिक विविधता

१४) सार्वत्रिक बँकांद्वारे प्रदान केलेल्या विविध प्रकारच्या वित्तीय सेवांमुळे नियामक ---------- उद्भवू शकतात.

अ) गुणवत्ता नियंत्रण	ब) अनुपालन

क) यादी व्यवस्थापन	ड) कलात्मक अभिव्यक्ती

१५) ---------- ची संघटनात्मक रचना राखणे जटिल असू शकते आणि विविध घटकांमध्ये प्रभावी समन्वय आवश्यक आहे.

अ) आर्थिक विश्लेषण	ब) वैविध्यकरण

क) पुरवठा साखळी व्यवस्थापन	ड) भाषिक विविधता

१६) सार्वत्रिक बँकिंगचे एक आव्हान म्हणजे विविध वित्तीय क्रियाकलाप आणि बाजारपेठांशी संबंधित ---------- जोखीम व्यवस्थापित करणे.

अ) गुणवत्ता नियंत्रण
ब) विविधीकरण
क) वित्तीय विश्लेषण
ड) सांस्कृतिक एकात्मता

१७) सार्वत्रिक बँकिंगमध्ये प्रभावी ---------- सुनिश्चित करणे आणि हितसंबंधांचे संघर्ष टाळणे कठीण होऊ शकते.

अ) यादी व्यवस्थापन
ब) जोखीम व्यवस्थापन
क) भाषिक विविधता
ड) गुणवत्ता नियंत्रण

१८) युनिव्हर्सल बँकांना त्यांच्या कामकाजाच्या जटिलतेमुळे ---------- ग्राहक अनुभव प्रदान करण्यात अडचण येऊ शकते.

अ) सांस्कृतिक एकात्मता
ब) अखंड
क) भाषिक विविधता
ड) यादी व्यवस्थापन

१९) ---------- ने भारताच्या बँकिंग क्षेत्रात लक्ष वेधले आहे, ज्यामुळे ग्राहकांना डिजिटल प्लॅटफॉर्मद्वारे विविध सेवांचा लाभ घेता येतो.

अ) डिजिटल बँकिंग सेवा
ब) शाखा विस्तार
क) सांस्कृतिक एकीकरण
ड) मालमत्ता व्यवस्थापन

२०) भारतातील सार्वत्रिक बँका ग्राहकांच्या व्यापक गरजा पूर्ण करण्यासाठी एकात्मिक वित्तीय सेवा प्रदान करून ---------- वर लक्ष केंद्रित करत आहेत.

अ) गुणवत्ता नियंत्रण
ब) विविधीकरण
क) यादी व्यवस्थापन
ड) कलात्मक अभिव्यक्ती

२१) फिनटेकच्या वाढीसह, पारंपारिक बँका आणि तंत्रज्ञान स्टार्टअप्समधील ---------- भागीदारीवर भर दिला गेला आहे.

अ) वित्तीय विश्लेषण
ब) सहयोग
क) पुरवठा साखळी व्यवस्थापन
ड) भाषिक विविधता

२२) ---------- ने ग्राहकांचा अनुभव वाढविण्यात, वैयक्तिक सेवा प्रदान करण्यात आणि कार्यक्षम व्यवहारांमध्ये महत्त्वपूर्ण भूमिका बजावली आहे.

अ) ग्राहक संबंध व्यवस्थापन प्रणाली

ब) पुरवठा साखळी व्यवस्थापन

क) भाषिक विविधता

ड) गुणवत्ता नियंत्रण

२३) भारतातील सार्वत्रिक बँका अखंड ऑनलाइन सेवा आणि संपर्करहित व्यवहार प्रदान करून ---------- शी जुळवून घेत आहेत.

अ) डिजिटल युग **ब)** सांस्कृतिक एकात्मता

क) भाषिक विविधता **ड)** वित्तीय विश्लेषण

२४) नियामक घडामोडी आणि ---------- भारतातील सार्वत्रिक बँकांच्या धोरणांवर आणि कामकाजावर प्रभाव टाकत आहेत.

अ) अनुपालन आवश्यकता **ब)** भाषिक विविधता

क) वित्तीय व्यवस्थापन **ड)** मालमत्ता व्यवस्थापन

उत्तरे : १) ब, २) ब, ३) ब, ४) ब, ५) ब, ६) ब, ७) ब, ८) ब, ९) ब, १०) ब, ११) ब, १२) ब, १३) ब, १४) ब, १५) ब, १६) ब, १७) ब, १८) ब, १९) अ, २०) ब, २१) ब, २२) अ, २३) अ, २४) अ.

सरावासाठी प्रश्न

प्र. १. सार्वत्रिक बँकांच्या कार्यपद्धतीचे तपशीलवार वर्णन करा.

प्र. २. सार्वत्रिक बँक व्यवसायाचे फायदे सांगा.

प्र. ३. सार्वत्रिक बँक व्यवसायाचे तोटे स्पष्ट करा.

प्र. ४. सार्वत्रिक बँकांना भेडसावणाऱ्या समस्या विशद करा.

प्र. ५. भारतातील सार्वत्रिक बँक व्यवसायातील सद्यकालीन प्रवाह स्पष्ट करा.

प्र. ६. **खालील विषयांवर टीप लिहा:**

अ) सार्वत्रिक बँकांच्या कार्यपद्धती

ब) सार्वत्रिक बँक व्यवसायाचे फायदे

क) सार्वत्रिक बँक व्यवसायाचे तोटे

NOTES

www.ingramcontent.com/pod-product-compliance
Lightning Source LLC
LaVergne TN
LVHW082053051026
849532LV00011B/3582
* 9 7 8 8 1 1 9 1 8 0 9 3 6 *

सावित्रीबाई फुले पुणे विद्यापीठाच्या ऑगस्ट २०२३ पासून सुरू झालेल्या एम. कॉम च्या
'बँक व्यवसाय आणि वित्तपुरवठा (सार्वत्रिक बँक व्यवसाय)' या विषयाच्या अभ्यासक्रमासाठी व इतर
विद्यापीठांच्या संबंधित अभ्यासक्रमासाठी उपयुक्त पुस्तक

बँक व्यवसाय आणि वित्तपुरवठा

(सार्वत्रिक बँक व्यवसाय)

[Course Code : 60122]

M.Com. - I (Sem. - I)

As per New Education Policy (2020)

Dr. Kishor S. Nikam
(M.Com., NET., SET., Ph.D., CA Final (II)., DTL., GDC&A., MBA., DMB., PGDBM., ADM., MA., DLL & LW., DIPR., DCCL)
Dr. D. Y. Patil ACS College, Pimpri, Pune.

Dr. Bhaskar H. Jangale
(M.A., Ph.D.)
Naigaum Education Society Arts and Commerce College, Daund, Pune.

Dr. Sonali M. Chindhade
(M.Com., M. Phil., Ph.D.)
B.Y.K. College of Commerce.

Dr. Vinit Rakibe
(M.Com., M.Phil., NET., SET., MBA., Ph.D.)
Loknete Vyankatrao Hiray College., Nashik.

२०२३

SUCCESS PUBLICATIONS

प्रकाशक :
डॉ. राजेश पाटणे
सक्सेस पब्लिकेशन्स
राधाकृष्ण अपार्टमेंट, ५३५ शनिवार पेठ,
आप्पा बळवंत चौक, प्रभात टॉकिज समोर, पुणे ४११ ०३०
फोन नं : ०२०-२४४३४६६२
मोबा. - ९३२५३१५४६४

आवृत्तीं
२०२३

संपादक
श्री. वाल्मिक गायकवाड

अक्षरजुळणी :
कु. वर्षा लोखंडे

मुखपृष्ठ :
कु. वर्षा लोखंडे

ISBN NO. **- 978-81-19180-93-6**
